சித்தமெல்லாம் சிவமயம்!

சித்தமெல்லாம் சிவமயம்

உமா சம்பத்

கிழக்கு

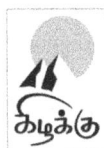

சித்தமெல்லாம் சிவமயம்!
Siththamellam Sivamayam
by *Uma Sampath* ©

First Edition: October 2006
192 Pages
Printed in India.

ISBN: 978-81-8368-186-5
Title No: Kizhaku 814

Varam Veliyeedu
177/103, First Floor,
Ambal's Building, Lloyds Road
Royapettah, Chennai 600 014.
Ph: +91-44-4200-9601

Email : support@nhm.in
Website : www.nhm.in

Author's Email : umasampath60@gmail.com
Wrapper Painting : Shyam

Varam Veliyeedu is an imprint of New Horizon Media Private Limited

நஞ்சுண்ண வேண்டாமே - அகப்பேய்
நாயகன் தாள் பெறவே
நெஞ்சமலையாதே - அகப்பேய்
நீயொன்றுஞ் சொல்லாதே

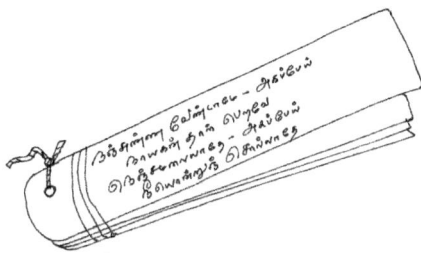

மனம் மகிழட்டும்

(எல்லோர் கண்களிலும் படும்படி இதை ஒட்டி வையுங்கள். சர்வ மதங்களுக்கும் பொதுவான பிரபஞ்ச சக்தியைப் போற்றும் துதி.)

- உலகமெல்லாம் நிறைந்த பரம்பொருளே
  எல்லா உயிரும் நீயே
  எல்லா செல்வங்களும் நீயே
  உனது அருள் எப்போதும் எங்களைக்
  காத்து நிற்கிறது
  இந்த உண்மையை நாங்கள் உணர
  அருள்புரிவாய்.

- பசிக்கு உணவு ஆவாய்
  பருகும் நீர் ஆவாய்
  நோய்க்கு மருந்தாவாய்

- இருள்போக்கும் ஒளியே
  வறுமை நீக்கும் செல்வமே
  வாழ்வும் வளமும்
  உனது நன்கொடைகள்
  அன்பும் அறனும் உனது
  அற்புதப் படைப்புகள்

- பிரபஞ்சமே பராசக்தியே
  உன்னில் பிறந்து
  உன்னில் வளரும் எங்களை
  உன்னதமாக்கி அருள்புரிவாய்!

மர்ம யோகிகள்!

சித்தர்கள்!

சுருக்கமாகச் சொல்வதென்றால் மர்ம யோகிகள்! மாய ரிஷிகள்!

சாதாரண மனிதர்களால் புரிந்துகொள்ளவே முடியாத புதிரானவர்கள்!

எதிலுமே பற்றில்லாதவர்கள்!

ஆசையே இல்லாதவர்கள்! சிவத்தை அடைவதற்கு மட்டும் ஆர்வம் கொண்டவர்கள்.

மனிதர்களின் சகவாசமே வேண்டாம் என்று விலகிப் போனவர்கள்! ஆனால் மனிதர்களின் உடல்நலனுக்காகவே உருகியவர்கள்.

இன்று மூலைக்கு மூலை, சந்துக்குச் சந்து யோகா சென்டர்களும், தியான முகாம்களும் முளைத்துக் கிடக்கின்றன.

இதய நோய், ரத்த அழுத்தம், டயாபடீஸ், டென்ஷன் என எல்லா வியாதிகளுக்கும், மருந்தோடு மருந்தாக டாக்டர்களின் பிரிஸ்கிரிப்ஷனில் யோகாவும் தியானமும் தவறாமல் இடம்பிடிக்கின்றன.

இந்த இரண்டையும் உலகுக்கு அளித்தவர்கள் சித்தர்கள்தான்! உடலையும், மனத்தையும் வசப்படுத்தினால் அளவில்லாத ஆற்றல்களைப் பெறலாம் என்பதை நிகழ்த்திக் காட்டியவர்கள்.

நீர்மேல் நடப்பது, நெருப்பில் குளிப்பது, ஆகாயத்தில் பறப்பது, அரூபமாய் உலவுவது, உடல் விட்டு உடல் உயிர்

தாவுவது, எந்த உலோகங்களையும் ஏன்... மணலைக்கூட பொன்னாக மாற்றுவது என்று அசாதாரண காரியங்களை சர்வசாதாரணமாகச் செய்து முடித்தவர்கள் நம் சித்தர்கள். சாவையே வென்று காட்டியவர்கள்.

டெலிபதி, ஈ.எஸ்.பி. என விஞ்ஞானம் இன்று வியந்து சொல்வதை ஆயிரமாயிரம் ஆண்டுகளுக்கு முன்பே மெய்ஞானத்தால் கண்டறிந்த மகாஞானிகள். தாம் கண்டறிந்து உணர்ந்தவற்றையெல்லாம் தங்களுக்குள்ளேயே வைத்துக் கொள்ளாமல், எல்லாமும் மக்களைச் சென்று சேர வேண்டும் என்பதற்காகவே பாடுபட்டவர்கள்.

ஆத்ம தரிசனத்துக்கான உபதேசம் முதல், உடல் நலத்துக்கான வைத்திய முறைகள் உட்பட, அவர்கள் எழுதிய பாடல்கள் ஏராளம். அத்தனையும் அழகு தமிழ் சொட்டும் அருமையான பொக்கிஷங்கள்!

தமிழ் மருத்துவம் என்று சொல்லப்படுகிற சித்த மருத்துவம் நம் சித்தர்கள் தந்ததுதான்.

மனிதர்களாக இருந்து மனித நிலையைத் தாண்டி இறை நிலைக்குப் போனவர்கள் நம் சித்தர்கள். தவ சக்தியாலும் யோக சக்தியாலும் கருணை உள்ளத்துடன் காலங்களை வென்று வாழ்ந்து கொண்டிருப்பவர்கள்.

அப்படிப்பட்ட சித்தர்களின், வாழ்க்கையில் நடந்த அற்புதமான சம்பவங்களும், அதிசய நிகழ்வுகளும் ரொம்பவே சுவாரஸ்யமானவை மட்டுமல்ல, ஆச்சரியமானவையும்கூட. ஏராளமான சித்தர்களில், முக்கியமான பதினெட்டு சித்தர்களின், விநோதமான விந்தைகளில் நீங்கள் அவர்களை உள்ளே தரிசிக்கலாம்!

உள்ளே

1. விஷப்பூவால் விளைந்த சதி

திருமூலர்

'நான் நானில்லை! நான் மூலனில்லை!' என்றான் மூலன்.

பஞ்சாயத்தில் கூடியிருந்தவர்கள் அத்தனை பேரும் கொல்லென்று சிரித்தார்கள்.

'இப்படித்தாங்க. நான் உன் புருஷனில்லை. உன் புருஷன் செத்துப் போயிட்டான்னு சொல்றாருங்க. உயிரோட, கண்ணு முன்னால நின்னுக்கிட்டு இப்படிச் சொன்னா என்ன அர்த்தம்! அதாங்க பஞ்சாயத்துக்கு வந்தேன். நீங்கதான் நல்லபுத்தி சொல்லணும்' என்று அழுதாள் மூலனின் மனைவி.

'என்னடா மூலா, கிறுக்குப் பிடிச்சிடுச்சா... ஏன் இப்படி பேசறே? உன் பொண்டாட்டி மேல கோவம்னா, எங்ககிட்ட சொல்லு. நாங்க திருத்தறோம். என்ன சண்டை உங்களுக் குள்ள?' அதட்டினார் தலைவர்.

மூலன் செய்வது புரியாமல் தவித்தான். இல்லையில்லை! மூலனின் உடம்புக்குள்ளே இருந்த சுந்தரர் எனும் சித்தர் தவித்தார்.

'பசுக்களின் மேல் அன்புகொண்டு, தான் செய்த காரியம், இப்படி ஒரு இக்கட்டில் கொண்டு வந்து விட்டுவிட்டதே!'

சித்தர் சுந்தரர், ஆகாய மார்க்கமாக தேச சஞ்சாரம் செய்து கொண்டிருந்தார். வழியில் ஒவ்வொரு திருத்தலமாக இறங்கி, இறைவனைத் தரிசித்துவிட்டு வந்து கொண்டிருந்த போதுதான், காவிரிக் கரையோரமாக பசுக்கூட்டம் ஒன்று அழுதுகொண்டிருப்பதைக் கண்டார். பரிதாபம் கொண்டார். காரணம் அறிய கீழே இறங்கினார்.

அங்கே, பசு மேய்க்கும் மூலன் என்பவன் பாம்பு கடித்து இறந்து போயிருந்தான். அவன் உடலைச் சுற்றி நின்று பசுக்கள் அழுது கொண்டிருந்தன. புல் மேயக்கூடப் போகாமல் பசியுடனே கதறிக் கொண்டு, மூலனின் முகத்தை நக்கியும், உடலை வருடியும் எழுப்ப முயன்றுகொண்டிருந்தன.

பசுக்களின் சோகம் சித்தர் மனத்தை வருத்தியது. இடையன் உயிரோடு எழுந்து வந்தால் தவிர, பசுக்களின் துயரம் போகாது என்று உணர்ந்தார் அவர். யோசித்தார். உடனே தன் உடலை ஒரு இடத்தில் பத்திரமாக ஒளித்து வைத்துவிட்டு, இடையன் மூலனின் உடலில் கூடுவிட்டுக் கூடு பாய்ந்தார்.

மூலன் உடல் உயிர் பெற்றது. மூலன் எழுந்தான். பசுக்களை வருடிக் கொடுத்தான். அவைகள் சந்தோஷமாக துள்ளிக் குதித்தன. மூலனின் உடலை உரசியும் நக்கியும் தங்கள் பாசத்தை வெளிக்காட்டின. பின் துள்ளலோடு, உற்சாகமாக புல்மேயத் தொடங்கின.

மாலைவரை வயிறார புல் மேய்ந்த பசுக்கள், தங்கள் கன்றுகளுடன் வழக்கம்போல் அவரவர் வீடு செல்ல ஆரம்பித்தன. மூலனின் உடலில் இருந்த சிவயோகி சுந்தரரும், அவற்றுடன் சென்றார். எல்லாப் பசுக்களும் பத்திரமாக வீடு

செல்லும்வரை பார்த்துக் கொண்டிருந்தவர், இனி மூலனின் உடலைவிட்டு தன் உடலுக்குச் செல்லலாம் என்று இருந்த போதுதான் இடையன் மூலனின் மனைவி ஓடிவந்தாள்.

'மாடெல்லாம் வந்துடுச்சே. உன்னைக் காணமேன்னு நினைச்சேன். நீ ஏன் இங்கேயே நின்னுக்கிட்டு இருக்கே. வா மச்சான்... வீட்டுக்குப் போலாம்!' என்றபடி அவன் கையைப் பிடித்தாள்.

'பெண்ணே... தொடாதே. நான் உன் கணவனில்லை. அவன் இறந்துவிட்டான்' என்று கூறி விலக முயற்சி செய்தார் சுந்தரர். ஆனால் அவள் விடவில்லை. இதோ, கிராம பஞ்சாயத்து வரை வழக்கு வந்துவிட்டது.

சுந்தரர் முடிவெடுத்தார். இனி வேறு வழியில்லை. எல்லா வற்றையும் சொல்லிவிட வேண்டியதுதான்.

சுந்தரர் பஞ்சாயத்தில் நடந்தவற்றைச் சொல்லி, மூலன் உடலை விட்டு விலகி அரூபமாக நிற்க, மூலன் உடல் கீழே விழுந்தது. மறுபடியும் அவன் உடலில் புகுந்து எழுந்து நின்று உண்மையை நிரூபித்தார் சுந்தரர்.

பஞ்சாயத்தில் இருந்தவர்கள் தங்கள் கண்முன் நிகழ்ந்த அதிசயத்தால், சுந்தரர் சொன்னதை ஏற்றுக் கொண்டு, மூலனின் மனைவியைச் சமாதானப்படுத்தி அழைத்துச் சென் றார்கள்.

நிம்மதியடைந்தார் சுந்தரர். ஆனால் அது சிறிதுநேரம்கூட நிலைக்கவில்லை. அவர் தன் உடலை மறைத்து வைத்திருந்த இடத்திலிருந்து, அது காணாமல் போயிருந்தது. ஏன் இப்படி நடந்தது? எதற்காக என்று அறிய முற்பட்டபோது, அது சிவபெருமானின் விருப்பம் என்று உணர்ந்தார். சித்தர் நெறிகளை, நல்ல தமிழில் எடுத்துச் சொல்லவே, இப்படி நடந்திருக்கிறது என்பதால், தொடர்ந்து மூலனின் உடலிலேயே தங்கிவிடத் தீர்மானித்தார். அதனாலேயே திருமூலரானார்.

அங்கிருந்து புறப்பட்டு ஆடுதுறை சென்றார். அங்குள்ள கோயிலுக்குச் சென்றவர் இறைவனை வணங்கிவிட்டு யோகத்தில் ஆழ்ந்தார். இங்கிருந்தபடிதான் வருஷத்துக்கு ஒரு பாடலாக நன்னெறிகளை விளக்கும் 'திருமந்திரம்' எழுதினார் திருமூலர். திருமந்திரத்தில் உள்ள மொத்தப் பாடல்கள் மூவாயிரம்.

கயிலாய மலையில், சிவபெருமானின் பூதகணங்களில் முதன்மை பெற்ற நந்தீசரின் சீடர், திருமூலர். சிவபெரு மானிடமும், நந்தியிடமும் நேரடியாக உபதேசம் பெற்றவர். இதை திருமந்திரத்தில் அவரே கூறியிருக்கிறார்.

சகலசித்திகளும் கைவரப் பெற்றவர் திருமூலர். ஆனால் என்ன செய்வது. யோகிகளுக்கே உரிய இரக்கத்தின் காரணமாகவே சிக்கல்களில் மாட்டிக் கொள்வார் திருமூலர்.

பசுக்களுக்காக, மூலனின் உடலில் புகுந்து, தன் உடலையே இழந்தவர், இதற்குப் பிறகாவது எச்சரிக்கையாக இருந்தாரா? இல்லை! மறுபடியும் இரக்கப்பட்டார். அதனால் என்ன ஆனது?

ஒரு கொலை சதியே உருவானது!

அது தொடங்கிய இடம் பாண்டிய நாடு.

இரவு. பாண்டிய நாட்டு மன்னன் வீரசேனன் மாறுவேடத்தில் நகர்வலம் சுற்றிக் கொண்டிருந்தான். நகரசோதனை நல்ல விதமாகவே இருந்தது. மக்கள் எவ்வித வருத்தமுமின்றி, குற்றம் குறைகள் இல்லாமல் நிம்மதியாக இருந்தது, வீரசேனனுக்கு நிறைவை அளித்தது. அந்த சந்தோஷத்துடனே அரண்மனைக்குத் திரும்பிக் கொண்டிருந்தான்.

அரண்மனை நந்தவனத்தில் அவனின் விதி முடிப்பதற்கான, நிகழ்வு ஒன்று நடந்து கொண்டிருந்தது.

தோட்டத்துப் பூச்செடிகளில் மலர்கள் எல்லாம் வண்ண மயமாக, அழகு காட்டி, காற்றில் இதமான நறுமணத்தைப்

பரப்பிக் கொண்டிருந்தன. அப்போது பாம்பு ஒன்று அந்தப் பூச்செடிகளுக்கு நடுவே மெல்ல வந்துகொண்டிருந்தது. காற்று வேகமாக வீசியதில் அசைந்த செடியின் முள் ஒன்று, பாம்பின் மேல் சுரீர் என்று குத்த, கோபமடைந்த பாம்பு, பக்கத்திலிருந்த பூ ஒன்றின்மீது கொத்தியது. அதன் விஷம் மொத்தமும் பூவின் மேல் பரவியது. நாகத்தின் நஞ்சு சுமந்தபடி காத்திருந்தது அந்த மரண மலர்!

மன்னன் வீரசேனன், அரண்மனையின், அந்தப்புரம் செல்வதற் காக நந்தவனத்தின் வழியே நுழைந்தான். மலர்களின் அழகில் மனது மயங்கினான். ரம்யமான வாசனை அவனைக் கிறங் கடித்தது. காற்றில் ஒற்றை மலராக ஆடிக் கொண்டிருந்த அந்த விஷப் பூ அவன் கவனத்தை ஈர்க்க, அதை ஆவலுடன் பறித்தான். மூக்கில் வைத்து முகர்ந்தான். வாசனையுடன், விஷத்தின் வீரியமும் மூச்சுக் குழலில் இறங்கியது.

மன்னனின் தலை கிறுகிறுவெனச் சுழன்றது. உடல் தள்ளாடியது. மன்னன் சமாளித்தபடி அந்தப்புரம் நுழைந்தான். கட்டில் அருகே வந்தவன், கால்கள் தடுமாறி கவிழ்ந்தான்.

மகாராணி குணவதி, திடுக்கிட்டு ஓடோடி வந்தாள். மன்னனைத் தூக்கிக் கட்டிலில் படுக்க வைத்தாள்.

'என்ன... என்ன ஆயிற்று உங்களுக்கு?' பதறினாள்.

மன்னன் பேச முயன்றான், முடியவில்லை. நாக்கு குழறியது. மெல்ல மெல்லப் பரவிய விஷம், நிதானமாக அவன் உயிரை உறிஞ்சியது.

மகாராணி, மன்னனைத் தொட்டு உலுக்கினாள். எழுப் பினாள். எந்த அசைவும் இல்லை. வைத்தியர்கள் ஓடோடி வந்தனர். மன்னனைப் பரிசோதித்தனர். அவன் இறந்து விட்டதை அறிந்து அதிர்ந்தனர். மகாராணியிடம் தயங்கித் தயங்கித் தகவல் தெரிவித்தனர்.

சேதி கேட்டதுமே, மயங்கி விழுந்தாள் குணவதி.

வீரசேனனின் தாயும் தந்தையும் 'தள்ளாத இந்த முதுமைக் காலத்தில் எங்களைத் தவிக்க விட்டுப் போனாயே, வீரசேனா…' என்று கதறினார்கள்.

மன்னன் மரணமடைந்த செய்தி, நாட்டு மக்களிடையே பரவி, அவர்களும் அரண்மனை வந்து சேர்ந்தனர். 'சத்திய வேந்தன் ஆயிற்றே எங்கள் மன்னன். அவனைக் கூடவா மரணம் அழைக்கும்' என்று மன்னன் புகழ்சொல்லி அழுதனர்.

மகாராணி குணவதி மயக்கம் கலைந்து எழுந்தாள். மஞ்சள், குங்குமம், தாலி பாக்கியம் அனைத்தையும் பறித்துக்கொண்டு, மன்னன் விண்ணுலகு பறந்துவிட்டான் என்பதை அவளால் தாங்கவே முடியவில்லை. நெஞ்சே வெடித்துவிடும் போலிருக்க, குணவதியின் அடித் தொண்டையிலிருந்து பீறிட்டுக் கிளம்பியது அழுகை ஒலி. அது ஆகாயம் வரை சென்று எதிரொலித்தது. மேகங்களை ஊடுருவிச் சென்று கொண்டிருந்த, திருமூலரையும் தாக்கியது.

'ஏன் இந்த அழுகைக் குரல்? எங்கிருந்து வருகிறது? திருமூலர் நிதானித்துக் கீழே பார்த்தார். சித்த புருஷரான அவர், அனைத்தையும் தன் ஞானத்தில் புரிந்துகொண்டார். வருத்தம் கொண்டார். அடுத்துச் செல்லவே முடியாதபடி, அழுகைச் சத்தம் அவரைக் கட்டிப் போட்டது. நிமிட நேரத்தில் அவர் ஒரு முடிவுக்கு வந்தார். அது… அது…!

ஆம்! கூடுவிட்டுக் கூடு பாய்வது!

மகாராஜா வீரசேனனின் உடலில் செல்லத் தீர்மானித்த திருமூலர், பாண்டிய நாட்டின் சதுரகிரி மலைக்குச் சென்றார். அங்கிருந்த குகையொன்றில் தன் உடலைக் கிடத்தியவர் கண்களுக்குத் தெரியாத சூட்சும உடலுடன் புறப்பட்டார்.

திருமூலர் ஏற்கெனவே தன் தெய்வீக உடலை இழந்தவர். பின் மூலனின் உடலில் வசிக்க நேர்ந்த பின், தவத்தாலும், ஸித்தியாலும் அதை காயகல்ப உடலாக மாற்றிக் கொண்டார். இப்போது திரும்பவும் இந்த உடலையும் இங்கே விட்டுப்

போக வேண்டியிருக்கிறது! 'என்ன செய்வது... அந்த அரசியும், மன்னனின் முதிய பெற்றோரும், மாசில்லா மக்களும் அழும் துயரச் சப்தம் என்னையும் மிகவும் துயரப்படுத்துகிறதே' என்று நினைத்தபடி அரண்மனைக்கு விரைந்தார். வீரசேன னின் உடலுக்குள் நுழைந்தார். உயிருடன் எழுந்தார்.

இனி திருமூலர்... வீரசேனத் திருமூலர்!

யாராலும் நம்ப முடியாத அதிசயம். ஆனால் நிஜம். மன்னர் உயிர் பிழைத்துவிட்டார். மகாராணி குணவதிக்கு, மன்னரின் பெற்றோருக்கு, பிள்ளைக்கு, நாட்டு மக்களுக்கு, அத்தனை பேருக்கும் சந்தோஷம்.

வீரசேனத் திருமூலர் மன்னராகி அரசாளத் தொடங்கினார். மக்களை மிகுந்த அன்போடு நடத்தினார். வரிகளைக் குறைத்தார். வேண்டிய வசதிகளைச் செய்து கொடுத்தார்.

நாடே நிறைவாக இருக்க, மகாராணி குணவதியின் மனத்தில் மட்டும் மெல்லிய சந்தேகம் முள்ளாக நெருடிக் கொண்டு இருந்தது.

மகாராஜா வீரசேனரின் பண்பில், குணத்தில், நடத்தையில் இப்போதெல்லாம் நிறைய மாற்றம் தெரிகிறது. அது மட்டுமல்ல, முன்பெல்லாம் கணவரின் அருகில் இருக்கும் போது, கொழுந்துவிட்டு எரிகின்ற காமம் இப்போது இல்லவே இல்லை. அவரை நெருங்கிப் பேசிக் கொண்டிருந் தாலே மனத்தில் நிர்மலான எண்ணங்களும், பக்தி உணர்வும் தான் வருகிறது. தன்னையறியாமலே ஆழ்ந்த உறக்கம் தழுவி விடுகிறது.

குணவதி குழம்பினாள். தெளிவுபடுத்திக் கொள்ள விரும் பினாள்.

ஒருநாள்... இரவு வேளை... உணவு உண்டு முடித்துவிட்டு, வீரசேனத் திருமூலர் ஊஞ்சலில் ஆடிக்கொண்டிருந்தபோது, குணவதி அவருக்கு அருகில் நெருங்கி நின்றாள்.

19

'தங்களிடம் ஒரு விஷயம் கேட்க வேண்டும்' என்று ஆரம்பித் தாள்.

'தயங்காமல் கேட்கலாம் குணவதி'

'நீங்கள் யார்?'

'இதென்ன கேள்வி? நான் வீரசேனன். உன் கணவன். என்ன திடீர் சந்தேகம்?'

'நீங்கள் என் கணவர் என்பதை என் கண்கள் ஒப்புக் கொள்கின்றன. மனம்தான் மறுக்கிறது!'

'எதனால்?'

'உங்களுக்கு முன் கோபம் அதிகம். யார் தவறு செய்தாலும் பொறுத்துக் கொள்ள மாட்டீர்கள். உடனே தண்டனை அளிப்பீர்கள். இப்போதோ, உங்களிடம் கருணை மிகுந்திருக் கிறது. கொலைக் குற்றவாளியைக் கூட, மன்னிக்கிறீர்கள். பேசிப் பேசியே அவர்களைத் திருத்திவிடுகிறீர்கள். மக்கள் உங்களின் அரசை, ராம ராஜ்ஜியமாகவே உணர்கிறார்கள். அது மட்டுமில்லை... முன்பெல்லாம் ராஜாங்க காரியம் முடிந்த உடனேயே, அந்தப்புரமே கதியாக என் அருகிலேயே இருப்பீர்கள். இப்போது, பொழுதெல்லாம் சிவாலயத் திலேயே இருக்கிறீர்கள். என்னைத் தீண்டுவதே இல்லை. உங்களின் அருகில் இருக்கும்போது எனக்கும்கூட எந்த ஆசைகளும் தோன்றுவதில்லை. உங்களின் கண்களில் வழியும் அருளும், சிவநாம உச்சரிப்பும், உபதேசங்களும், ஒரு ஞானி போன்றே நினைக்கத் தோன்றுகிறது. தயவு செய்து மறைக்காமல் சொல்லுங்கள். யார் நீங்கள்?'

வீரசேனத் திருமூலர் யோசித்தார். இனியும் இந்த பதி விரதையை ஏமாற்றுவது தேவையில்லை என்று நினைத்தார்.

'உத்தமியே... நீ உணர்ந்தது சரிதான். நான் திருமூலன் எனும் சித்தன். உன் கணவன் வீரசேனன் நந்தவனத்தில் இருந்த விஷப்பூவை முகர்ந்ததால் இறந்து விட்டான். அதனால் நீ

கதறியழுத ஒலி வானம்வரை எட்டி என் மனத்தை வருத்தியது. உன் துயரை நீக்கி, உன்னை அமைதிப்படுத்துவதற்காகவே, நான் உன் கணவன் உடலில் குடியேறினேன்.'

உண்மையைச் சொல்லி முடித்தார் திருமூலர்.

'எனக்கு உதவுவதற்காக யோகியான தாங்களே வந்தது, என் பூர்வஜென்ம புண்ணியம்தான் ஸ்வாமி! என் செயலோ, வார்த்தையோ தங்களைக் காயப்படுத்தி இருந்தால், தயவு செய்து என்னை மன்னித்து விடுங்கள். என் கணவர் இறந்து விட்டார் என்பது இப்போதும் வருத்தம்தான். ஆனால் எனக்கு நிதானம் வந்திருக்கிறது. காலம் வந்தால் எல்லாருமே ஒவ்வொருவராகச் செல்ல வேண்டியவர்கள்தான். நேற்று அவர்... நாளை நான். ஆனால் அவருடைய பெற்றோருக்கும், என் பிள்ளைக்கும், நாட்டு மக்களுக்கும் இந்த உண்மையை நான் எப்படிச் சொல்வேன் ஸ்வாமி? அவர்களுக்காகவாவது இப்படியே மன்னரின் உடம்பிலேயே இங்கேயே இருப்பீர்கள் இல்லையா?' என்று கேட்டாள் குணவதி.

'இல்லையம்மா! அப்படியிருக்க முடியாது. இந்த உன் கணவனின் உடல் பஞ்ச பூதங்களால் ஆனது. என்றாவது ஒருநாள் அழிந்துவிடும். என் உடம்பு காயகல்ப உடம்பு. அதை சதுரகிரியில் உள்ள ஒரு குகையில் மறைத்து வைத்திருக் கிறேன். வேட்டைக்குச் செல்வது போலவோ வேறு ஏதாவது காரணம் சொல்லியோ யாருக்கும் சந்தேகம் இல்லாமல், சந்தர்ப்பம் அமையும்போது இங்கிருந்து புறப்பட்டுப் போய் விடுவேன்.

'ஆகட்டும் ஸ்வாமி... இன்னும் சிறிது நாள்களாவது இருப்பேன் என்கிறீர்களே... அதுவே போதும்! எனக்கு ஒரு சிறிய சந்தேகம் ஸ்வாமி. தங்கள் உடலை மலைக் குகையில் மறைத்து வைத்திருப்பதாகச் சொல்கிறீர்களே, அந்த உடலை யாராவது கண்டு பிணமென்று நினைத்து எரித்துவிட்டால் என்னாவது?' என்று கேட்டாள்.

21

'இல்லை. அப்படியெல்லாம் எதுவும் நேராது. காற்றோ, மழையோ, நீரோ, நெருப்போ எதுவும் அந்த உடம்பை ஒன்றும் செய்ய முடியாது. குங்கிலியம், வெடியுப்பு, வெங் காரம் மூன்றையும் பொடித்து, உடலின்மீது தடவி, பின் அதை விராலி இலைகளால் மூடி, சுற்றிலும் அகில் கட்டைகளை அடுக்கி தீ மூட்டினால்தான் என் காயகல்ப தேகம் எரிந்து தணலாகும். அதனால்தான் நான் அது பற்றிக் கவலை யில்லாமல் கிடக்கிறேன்' என்றார்.

குணவதி திருப்தியடைந்தவள் போல், திருமூலரை உறங்கச் சொல்லிவிட்டு, தன் அறைக்கு வந்தாள். இரவெல்லாம் அவளுக்கு உறக்கமில்லை. மனத்தில் ஏதேதோ எண்ணங்கள்! 'கணவர் இறந்துவிட்டார்! இனி, தான் ஒரு விதவை.'

குணவதியால் இதை ஏற்றுக் கொள்ளவே முடியவில்லை. 'இது மட்டும் நடந்துவிட்டால், ராஜாங்க காரியங்களில் இருந்து ஒதுங்கி இருக்க நேரிடும். பட்டத்தரசியாக அரியணையில் இருக்க முடியாது. மகனோ சிறுவன்... இதனால் மன்னனின் சகோதரன், சிற்றன்னையின் மகன் அரசை நிர்வகித்து கைப்பற்ற முயற்சி செய்வான். ஐயோ எத்தனை விபரீதங்கள்! இப்படி எதுவும் நடக்கக் கூடாது என்றால், அந்த சித்த புருஷர் மன்னனின் உடலிலேயே இருக்க வேண்டும்.

ஆனால் அவர்தான் மறுக்கிறாரே! தன் சொந்த உடலுக்கே போகப் போவதாகச் சொல்கிறாரே! சரி, அந்த உடல் இருந்தால்தானே, கூடுவிட்டுக் கூடு போவார்? அழித்து விட்டால்? குணவதியின் புத்தி விபரீதமாக யோசித்தது. ஐயோ... இதுவும் ஒரு கொலை போல்தானே? என்று தோன்றினாலும், 'தான் சுகமாக வாழ்க்கை நடத்த வேண்டு மானால் வேறு வழியில்லை' என்று மனது சுயநலமாக சொல்லிக் கொண்டது.

தீர்மானத்துக்கு வந்ததுமே, சுறுசுறுப்பாகச் செயலில் இறங் கினாள் குணவதி. நம்பகமான அரண்மனை வீரர்களை

அழைத்தாள். அவர்களிடம் விவரம் ஏதும் சொல்லாமல், 'சதுரகிரி மலைக் குகையில், ஒரு துறவியின் உடல் கிடக்கிறது. அதை எடுத்து நல்லவிதமாக எரிந்துவிடுங்கள்' என்று சொல்லி, உடலை எரிக்க வேண்டிய முறையையும் விவர மாகச் சொல்லி அனுப்பினாள்.

அரசி சொல்லியனுப்பியபடியே வீரர்கள் உடலை எரித்து முடித்தார்கள். மகாராணி மகிழ்ச்சியடைந்தாள். இனி யோகி யார் எப்போதும் தன்னுடன் இருப்பார் என்று நம்பினாள்.

இதே சமயத்தில், வீரசேனத் திருமூலர், வேட்டைக்குப் போவதாக வீரர்களிடம் சொல்லிவிட்டு, தான் மட்டும் தனியே காட்டுக்குள் சென்றார். இனி இப்படியே கிளம்பிவிட வேண்டியதுதான் என்று, தன் உடலில் புகுந்து கொள்வதற்காக சதுரகிரி மலைக்குச் சென்றார். குகைக்குள் நுழைந்தார். தன் காயகல்ப உடல் அங்கே எரிக்கப்பட்டிருப்பதைக் கண்டார். துக்கம் கொண்டார்.

முக்காலமும் அறிந்துகொள்ள முடிந்த அவரால், இது எப்படி நடந்தது என்பதைப் புரிந்துகொள்ள முடிந்தது. குணவதி எப்போதும் தான் நித்ய சுமங்கலியாக இருக்க வேண்டுமென்ற ஆசையிலேயே இப்படிச் செய்திருக்கிறாள் என்று அறிந்து கொண்டார்.

குணவதியின் மேல் அவருக்குக் கோபம் வரவில்லை. 'அவரவர் கோணத்திலிருந்து பார்த்தால் அவரவர் செய்தது சரியே! குணவதியின் நிலையில், அவள் மீது என்ன குற்றம் சொல்வது?' திருமூலருக்குச் சிரிப்புதான் வந்தது. இரண்டாம் முறையாகவும் உடலை இழந்துவிட்டோம். இனி என்ன செய்வது? மன்னனின் உடலிலேயே நீண்ட நாள் இருக்க முடியாது. தேடிக் கண்டுபிடித்து அழைத்துப்போய் விடுவார் கள். யோசித்தபடியே நதிக்கரைக்கு நடந்தார்.

விடியல் பொழுதில் காலைக் கடன்களை, முடித்து, நதியில் மூழ்கி எழுந்தவர், கரையில் ஒரு இளைஞன் அசையாமல்

உட்கார்ந்து இருப்பதைக் கண்டார். நெருங்கிப் பார்த்தபோதுதான் அவன் உட்கார்ந்த நிலையிலேயே இறந்துவிட்டான் எனத் தெரிந்தது.

அவன் ஜம்புகேஸ்வரன். பிராணாயாம பயிற்சி மேற்கொண்டவன், முறையான குருவின் ஆலோசனை இல்லாமல், முரட்டுத்தனமாக மூச்சை இழுத்து முயன்றதால் மரணமடைந்துவிட்டான்.

திருமூலர் அவன் நிலையறிந்து வருந்தினார். 'சரி... ஆண்டவனே, அடுத்து ஒரு உடலைக் கை காட்டியிருக்கிறான்' என்று நினைத்துக் கொண்டு, வீரசேனன் உடலில் இருந்து, ஜம்புகேஸ்வரன் உடலுக்கு கூடுவிட்டுக் கூடு பாய்ந்தார்.

'அடுத்து வீரசேனன் உடலை என்ன செய்வது? குணவதி நித்ய சுமங்கலியாக இருக்க விரும்பினாள். எனவே, வீரசேனனை சிரஞ்சீவித்தன்மை உடையவனாக்க வேண்டும் என்ன செய்யலாம்.'

திருமூலர் சுற்றுமுற்றும் பார்த்தபோது, அருகில் 'யானை உண்டி' என்கிற பெரிய அகலமான மரத்தைக் கண்டார். அந்த மரத்தின் பெரிய பொந்துக்குள், அரசனின் உடலை வைத்து, சிரஞ்சீவித் தன்மைக்காக சில மூலிகைகள் அரைத்துப் பூசி அந்த மரத்தின் பொந்தை மந்திரத்தால் மூடினார்.

'அரச உடலை வைத்திருக்கும் இந்த (யானை உண்டி) மரமும், இதன் இனமும் இனிமேல் 'அரசமரம்' என்று அழைக்கப் படட்டும்' என்றார். அதன்படியேதான் இப்போதும் அழைக்கப்படுகிறது.

அதன்பிறகு சதுரகிரி காட்டிலேயே ஆஸ்ரமம் அமைத்துத் தங்கினார் ஜம்புகேஸ்வர திருமூலர். அங்கு கடும் தவத்தில் ஈடுபட்டு, மீண்டும் தன் உடலைக் காயகல்ப உடலாக மாற்றிக் கொண்டார். இவருக்கு, பின்னாளில் நிறைய சீடர்கள் ஏற்பட்டனர்.

இவரின் உபதேசங்களை மக்களிடம் கொண்டு சேர்த்து, அவர் புகழைப் பரப்பினார்கள்.

சித்தரான திருமூலர், நாயன்மார்களில் ஒருவராகவும் சேர்க்கப் பட்டவர். இதற்குக் காரணம், இவர் எழுதிய திருமந்திரமே.

சித்தர் நெறிகளான வைத்திய, வாத யோக ஞானங்களைப் பற்றி சொல்லும் திருமந்திரம், ஆண்டவனின் பெருமை களையும், அழகாகச் சொல்கிறது.

நாயன்மார்கள் பாடிய திருமுறைகள் வரிசையில், திரு மந்திரமும் சேர்க்கப்பட்டு பத்தாம் திருமுறை என்று போற்றப்படுகிறது.

'உடம்பினை முன்னம் இழுக்கென்றிருந்தேன்
உடம்பினுள்ளேயுறு பொருள் கண்டேன்
உடம்புள்ளே உத்தமன் கோயில் கொண்டான் என்று
உடம்பினை யானிருந்தோம்புகின்றனே.'

- என்று பாடிய திருமூலர் இறுதியில், தில்லையில் சமாதி கொண்டார். சுயம்பு லிங்கமாக எழுந்தருளினார்.

2. மூளைக்குள் புகுந்த தேரைக்குஞ்சு!

தேரையர்

மகா பெரிய மலை அது! விண் முட்டும் உயரம்!

அவ்வளவு பெரிய மலையைச் சுற்றிலும் துருத்திகள் வைத்து, நெருப்பு மூட்டி ஊதிக் கொண்டிருந்தார்கள் சிலர்!

இதைச் செய்துகொண்டிருந்தவர்கள் சாதாரண மானவர்கள் இல்லை. தேசமே கொண்டாடும் ஒரு மகா சித்தனும், அவருடைய சீடர்களும்.

என்ன விசித்திரம் இது! ஏன் இப்படி நடக் கிறார்கள்? என்ன செய்யப் போகிறார்கள்?

தங்கமாக்கப் போகிறார்கள். ரசவாதத்தால் முழுமலையே தங்கமயமாக தகதகக்கப் போகிறது! ஆம், சொக்கத் தங்கத்தில் சொர்ண மலை!

மக்கள் ஆவலுடன் அங்கே திரண்டு நின்றிருந் தார்கள். பின்னே அவர்களுக்காகத்தானே இந்தச் செயல் நடந்துகொண்டு இருக்கிறது!

26

நாட்டில் அப்போது பயங்கரப் பஞ்சம். எங்கும் வளம் குன்றி, பசி, பட்டினியால் மக்கள் துன்பப்பட்டுக் கொண்டிருந்தார் கள். உண்ண உணவு கிடைக்கவில்லை. பக்கத்து நாட்டில் போய் உணவுப் பொருட்களை வாங்கலாமென்றால், பொன் இல்லை. பாவம்! என்னதான் செய்வார்கள் அவர்கள்.

திக்கற்றவருக்கு தெய்வமே துணை! மக்கள் தெய்வத்தைப் பார்த்ததில்லை. ஆனால் தேரையரைப் பார்த்திருக்கிறார்கள்! கருணைக் கடலான சித்தர் அவர். மக்களுக்கு எவ்வளவோ நல்லது செய்திருக்கிறார். உடல் நோய்களைத் தீர்த்திருக்கிறார். மனக் குறைகளைப் போக்கி இருக்கிறார். இப்போதும் அவரை அணுகுவதைத் தவிர வேறு வழியில்லை.

நாட்டு மக்கள் அனைவரும் தேரையரின் ஆசிரமம் சென்று, அவருடைய பாதங்களில் விழுந்தார்கள்.

'சுவாமி! எங்களால் தாங்க முடியவில்லை. பசி, பட்டினி பொறுக்க முடியவில்லை. தாங்கள்தான் சுவாமி ஆதரிக்க வேண்டும்' கண்ணீர் விட்டுக் கதறினார்கள்.

'உங்களுக்குப் பொன்தானே வேண்டும்? பொறுங்கள். போதும் போதும் என்கிற அளவுக்கு தங்கம் செய்து தரு கிறேன்!' என்றவர், சீடர்களை அழைத்தார்.

பக்கத்திலிருந்த மலையைப் பார்த்தார்.

'அருமைச் சீடர்களே! நாட்டின் அத்தனை மக்களுக்கும் பொன் தர வேண்டுமானால் மலையளவு தங்கம் தேவைப்படும். ரசவாதத்தால் இந்த மலையை பொன்னாக்க முடிவெடுத்து விட்டேன். செல்லுங்கள். மலையைச் சுற்றிலும் துருத்திகள் வைத்து நெருப்பு மூட்டி ஊதுங்கள். நான் மற்றவற்றைத் தயார் செய்துகொண்டு வருகிறேன்.'

குருவின் கட்டளைப்படி சீடர்கள் நெருப்பு மூட்டினார்கள்.

மலையின் மீதிருந்த விலங்குகள், பறவைகள் எல்லாம் பதறித் துடித்து ஓடின. அங்கு தவம் செய்துகொண்டிருந்த முனிவர்கள்

எல்லாம் நெருப்பின் தகிப்பு தாளாமல் அலறிக்கொண்டு கீழிறங்கி வந்தனர்.

இது தேரையரின் வேலையென்று தெரிந்து கோபம் கொண் டார்கள். தேரையரிடம் பேசினால் சரிப்படாது என்பதால், நேராக தேரையரின் குருநாதர், குறுமுனி அகத்தியரிடம் சென்று முறையிட்டனர்.

அகத்தியர் அசாத்திய கோபம் கொண்டார். 'போய் தேரை யனை அழைத்து வாருங்கள்!' என்றார்.

முனிவர்கள் தேரையரிடம் சென்று, அகத்தியர் அழைப்பதாகக் கூறினார்கள். தேரையர் நடந்ததை உணர்ந்துகொண்டார். தன் சீடர்களை அழைத்து, அவர்களின் காதுகளில் ஏதோ சொல்லிவிட்டு, அகத்தியரிடம் சென்றார். வணங்கினார்.

அகத்தியர் தேரையரின் அருகே வந்தார். என்ன, ஏது, எதற்காக எதுவும் கேட்கவில்லை. குமுறும் கோபத்துடன் கர்ஜித்தார்.

'ரிஷிகளைத் துன்புறுத்தும் அளவுக்கு அரக்கனாகி விட்டாயா? இனி நீ உயிருடன் இருக்கவேண்டாம்!' என்றபடி பீமன், ஜராசந்தனை வதம் செய்ததுபோல் தேரையரின் இரண்டு கால்களையும் பிடித்து, இரண்டாகக் கிழித்தெறிந்து வீசி விட்டுப் போயே போய்விட்டார்!

அனைவரும் சென்றதும் தேரையரின் சீடர்கள், மௌனமாய் தேரையரின் கிழிந்த உடலைத் தூக்கிக்கொண்டு ஆசிரமத் துக்குச் சென்றனர்.

தேரையர் தனக்கு இந்த நிலைமை ஏற்படக்கூடும் என ஏற்கெனவே உணர்ந்திருந்தார். அதனால்தான் புறப்படும்முன் சீடர்களிடம் கிழிபட்ட உடல் சேரவும், உடலில் உயிர் வந்து கூடவும் தேவையான மூலிகைகளையும் மந்திரத்தையும் சொல்லிச் சென்றிருந்தார்.

சீடர்கள் தேரையரின் சொற்படியே நடந்து அவரை உயிர்ப்பித்தனர்.

உயிர்த்தெழுந்த தேரையரின் மனம் மிகவும் வருத்தமடைந்தது. 'மக்கள் சேவை, மகேசன் சேவையல்லவா! அதைச் செய்ததற்காக தனக்கு இத்தனை பெரிய தண்டனையா?'

தேரையர் சிந்தனையில் இருந்தபோதே, வானில் மின்னல் வெட்டியது. இடி முழங்கியது. சரசரவென அமுதமாய் கொட்டியது மழை!

'ஆஹா! இனி மக்களின் துன்பம் நீங்கிவிடும்! பஞ்சம் ஒழிந்துவிடும்! குருநாதர் அகத்தியர் வருண பகவானை வேண்டி மழைபொழிய வைத்து, நாட்டுக்கு வளம் சேர்த்து விட்டார்!' என்பதை தேரையர் புரிந்துகொண்டார்.

தான் என்ன செய்திருக்கவேண்டும் என்பதை குருநாதர் சொல்லாமல் சொல்லிவிட்டார். அகத்தியர் இருக்கும் திசை நோக்கி பூமியில் விழுந்து வணங்கினார் தேரையர்.

ஆனால், இனி அவரைப் பார்க்க முடியாது. தான் இன்னும் உயிரோடு இருப்பது தெரிந்தால், அவர் மேலும் கோபப்படக் கூடும். நிலைமை விபரீதமாகிவிடும். சீடர்களோடு தலை மறைவானார் தேரையர்.

ஆசிரமத்தில் குறுமுனி அகத்தியர் அடர்ந்த தாடிக்குள் புன்னகைத்துக் கொண்டார். முக்காலமும் உணர்ந்தவருக்கு இந்நிகழ்வு தெரியாமல் போகுமா என்ன?

தேரையன் தன் முன் வந்து நின்ற அந்த முதல் சந்திப்பு அவருக்கு நினைவுக்கு வந்தது.

மூதாட்டி ஔவைதான் அழைத்து வந்திருந்தாள் அவனை. அப்போது அவன் சிறுவன்.

'அகத்திய முனிவரே! உமக்கு ஒரு சீடனை அழைத்து வந்திருக் கிறேன்!' என்று அறிமுகப்படுத்தினாள் ஔவை.

'அப்படியா, மிக நல்லது! யார் இந்தச் சிறுவன்? உன் பெயர் என்னப்பா?' என்றார் சிறுவனிடம்.

சிறுவன் மௌனமாயிருக்க, ஔவை சொன்னாள்.

'இவன் ஓர் ஊமைப் பிள்ளை. அந்தணச் சிறுவன். பெயர் ராமதேவன். மிகுந்த புத்திசாலி. வைத்தியம் கற்பதில் ஆர்வமுள்ளதால், இவனின் மற்றொரு குருவான தர்ம சௌமியர் இவனைத் தங்களிடம் ஒப்படைக்குமாறு என்னிடம் வேண்டினார். அதன்படி அழைத்து வந்துள்ளேன். இனி இவன் உங்கள் பொறுப்பு!' என்றார்.

'சரியான நேரத்தில்தான் இவனை அழைத்து வந்திருக்கிறீர்கள். இவனை நான் ஏற்றுக்கொள்கிறேன் அம்மையே!' என்றவர் ராமதேவனை சீடனாக ஏற்றுக்கொண்டார்.

நாள்கள் விரைந்தன. சிறுவன் ராமதேவன் இளைஞனானான். இந்தக் காலகட்டத்தில், அகத்தியரின் போதனையில் சிறப்பாகத் தேறியிருந்தான் ராமதேவன். மூலிகை வகைகளையும் அதன் வைத்திய குணங்களையும் பக்குவப் படுத்தும் முறையையும் எளிதாக அறிந்து வைத்திருந்தான். எந்த நோய் வகையையும் அலசிப் பார்த்து, சிக்கல் தீர்ப்பதில் நிபுணத்துவம் பெற்றிருந்தான்.

ராமதேவனின் ஆற்றலை அகத்தியர் அறிந்திருக்கவில்லை. அதைத் தெரிந்து கொள்வதற்கான சந்தர்ப்பம் ஒன்று பாண்டிய மன்னன் ஒருவனால் அமைந்தது.

பாண்டிய மன்னன் ஒருவன், அந்தச் சமயம் கூன் முதுகு காரணமாக மிகவும் வேதனைப்பட்டுக் கொண்டிருந்தான். (இந்த மன்னன், திருஞானசம்பந்தர் நோய் தீர்த்த கூன் பாண்டியன் அல்ல, வேறொருவன்) இந்த கூன் முதுகு அவனுக்கு மானக்கேடான விஷயமாக மட்டுமின்றி, வலி பொறுக்க முடியாமலும் துடிதுடிக்க வைத்தது.

கூன் முதுகை நீக்குமாறு வேண்டி அகத்தியரைச் சரணடைந்தான் மன்னன். அகத்தியரும் அவன் நோயைத் தீர்ப்பதாக வாக்களித்தார். அரண்மனையிலேயே வைத்தியம் தொடங்கியது.

ராமதேவன், குருநாதர் சொன்னபடி அரிய மூலிகைகளைச் சேகரித்து வந்தான். அரைக்க வேண்டியதை அரைத்து, சாறு பிழிந்து எடுக்க வேண்டியவைகளை பிழிந்தெடுத்தான்.

'ராமதேவா! அனைத்தையும் ஒரு பாத்திரத்தில் சேர்த்து தைல எண்ணெய் ஊற்றிக் கொதிக்க வை. நான் போய், மன்னனைத் தயார் செய்துவிட்டு வருகிறேன்!' என்று சொல்லிவிட்டுப் போனார் அகத்தியர்.

ராமதேவன் கொதிக்கும் மூலிகைக் குழம்பையே கண் கொத்திப் பாம்பாகப் பார்த்துக் கொண்டிருந்தான். அரண் மனையின் பின்பகுதியில், மருந்து தயாரித்துக் கொண்டிருந்த அறையின் மேற்புறத்தில், அரசரின் பல்லக்கு மூங்கில்கள் சில போடப்பட்டிருந்தன. கொதிக்கும் மூலிகைக் குழம்பிலிருந்து எழுந்த ஆவி மேலே செல்லச் செல்ல, வளைந்த பல்லக்கு மூங்கில்கள் மெல்ல மெல்ல நிமிர ஆரம்பித்தன.

வளைவு நிமிரும் அளவுக்கு மூலிகைச் சாறு பதமாகி விட்டதை உணர்ந்த ராமதேவன், சட்டென்று நெருப்பை அணைத்தான்.

அந்த நேரம் உள்ளே நுழைந்த அகத்தியர், அடுப்பு அணைக்கப் பட்டிருப்பதைப் பார்த்து கோபப்பட்டார். 'ராமதேவா! அதற்குள் என்ன அவசரம்?' என்றார். ஊமைப் பிள்ளை ராமதேவன் உச்சி மூங்கிலைக் காட்டினான். அகத்தியர் அதைப் பார்த்ததுமே ஆனந்தமடைந்தார். சீடனைப் பாராட்டிப் பரவசப்பட்டார்.

பதமான மூலிகைச் சாறு விரைவிலேயே பாண்டியனின் முதுகு கூனை நீக்கியது. பாண்டியன் அகத்தியரின் பாதங் களில் பணிந்தபோது அவர் பூரிப்புடன் சொன்னார்.

'பாண்டியா! என் சீடனின் சரியான பக்குவ முறை யினாலேயே, மூலிகைக் குழம்பு விரைவில் உன் கூனைப் போக்கியது. பாராட்டப்பட வேண்டியவன் அவனே!' என்று சொல்லி மகிழ்ந்தார்.

31

இதற்குப் பிறகு இன்னொரு நிகழ்வொன்றும் அகத்தியரின் முன் நிகழ்ந்தது. ராமதேவனின் பெயரை தேரையன் என மாறச் செய்தது அந்தச் சம்பவம்!

சங்கப் புலவர்களில் ஒருவரான திரணாக்கிய முனிவருக்கு, தாளாத தலைவலி வந்தது. யார் யாரோ வைத்தியம் பார்த்தும், எந்த மருந்துகளாலும் தலைவலி குணமாகவில்லை.

திரணாக்கியரின் ஆஸ்ரமத்துக்குச் சென்ற அகத்தியர், திரணாக்கியரைப் பரிசோதித்துப் பார்த்ததும் திடுக்கிட்டார்.

'திரணாக்கியரே! ஒரு தேரைக் குஞ்சு ஒன்று, எப்படியோ உங்களுக்குள் நுழைந்து, கபாலத்துக்குள் தங்கியிருக்கிறது. அது அங்கு இருப்பதால்தான், தலைவலி படாதபாடு படுத்துகிறது. பயப்பட வேண்டாம். நான் தங்களுக்கு சஸ்திர சிகிச்சை செய்து, கபாலத்தைத் திறந்து, தேரையை வெளி யேற்றி விடுகிறேன். பிறகு நீங்கள் வருந்தத் தேவை யிருக்காது!' என்றார்.

திரணாக்கியருக்கு மூலிகைச் சாறு தந்து மயக்கத்தில் ஆழ்த்தினார். அறுவைச் சிகிச்சை மூலம் கபாலத்தைத் திறந்தார். ஆனால், அகத்தியர் நினைத்தது போல் அந்தச் சிகிச்சை அவ்வளவு எளிதாக இருக்கவில்லை. தேரை, மூளையின் ஒரு மூலையில் உட்கார்ந்திருந்தது. கிடுக்கி வைத்து அதை எடுக்கலாமென்றால், கிடுக்கியின் அசைவைப் பார்த்தாலே அது மூளையின் இன்னொரு பகுதிக்கு தாவிக் குதித்துவிடும் போல் இருந்தது. அப்படி அது தாவித் தாவிக் குதித்தால், மூளையே சின்னாபின்னமாகிவிடும் அபாயம்! அகத்தியர் என்ன செய்வது என்று அறியாமல் திகைத்தார்.

ராமதேவன் அகத்தியரின் திகைப்பையும், உள்ள நிலை மையையும் நொடியில் உணர்ந்து கொண்டான். ஏதோ யோசித்தவன் சட்டென ஒரு முடிவுக்கு வந்து குடுகுடுவென ஓடிப்போய், வாயகன்ற பாத்திரம் ஒன்றில் தளும்பத் தளும்பத் தண்ணீருடன் வந்தான்.

தேரையின் பார்வையில் படும்படி, தண்ணீர்ப் பாத்திரத்தை சளசளவென ஓசைப்படுத்திக் காட்டினான். அவ்வளவுதான். தண்ணீரைக் கண்ட சந்தோஷத்தில், பாத்திரத்தில் தாவிக் குதித்தது தேரை. சந்தோஷத்துடன் நீந்தியது.

அப்பாடா! அபாயம் நீங்கியது. நிம்மதிப் பெருமூச்சுடன் அடுத்த நொடியே கபாலத்தை மூலிகையினால் மூடி கட்டுப் போட்டார் அகத்தியர். சிகிச்சை நல்லவிதமாக முடிந்த திருப்தியுடன் சீடனைத் திரும்பிப் பார்த்த அவரது கண்களில் சந்தோஷமும் பெருமிதமும் பொங்கியது.

'ராமதேவா! பதற்றமான நேரத்திலும் பதறாமல் யோசித்து, வழி கண்டுபிடித்தாய். உன் சூட்சும புத்தி மிகுந்த பாராட்டுக் குரியது. உன்னுடைய இந்த அறிவு, உலக மக்களுக்கு முழுமையாகப் பயன்படவேண்டும் என்றால் முதலில் உன் ஊமைத்தன்மை நீங்கவேண்டும். நான் அதற்கு வழி செய்கிறேன்!' என்றார்.

வாக்களித்தபடியே, ராமதேவனுக்கு ஊமைத்தன்மை போக்கி, பேச்சளித்தார் அகத்தியர். திரணாக்கியரின் கபாலத்தில் இருந்த தேரையை வெளியேற்றிய இந்த நிகழ்ச்சிக்குப் பின், ராமதேவன் தேரையர் என்றே அழைக்கப்பட்டார். இவரின் புகழ் எல்லா இடங்களிலும் பரவியது.

அகத்தியரால் தலைநோய் நீங்கப்பெற்ற இந்தத் திரணாக்கியர், பின்னாளில் 'தொல்காப்பியம்' என்னும் ஒப்பற்ற இலக்கண நூலை எழுதி, 'தொல்காப்பியர்' எனப் பெயர் பெற்றார்.

பின்னர் தேரையர் குருவின் கட்டளைப்படி, பாண்டிய நாட்டின் காட்டுப் பகுதிக்குச் சென்று, ஆசிரமம் அமைத்துத் தங்கினார். புகழ்பெற்ற அவரிடம், நிறையச் சீடர்கள் வந்து சேர்ந்தனர். மக்களும் கூட்டங்கூட்டமாக வந்து தேரையரைத் தரிசித்து, அவரவர் நோய்க்கு மருந்து பெற்று பலனடைந்தனர்.

இந்தச் சமயத்தில்தான் பஞ்சம் வந்தது. மக்களுக்குப் பொன் தேவைப்பட்டது. தேரையர் மலையைப் பொன்னாக்க முடிவெடுத்து, அகத்தியரால் உடல் கிழிபட்டது நடந்தது.

உயிர் பிழைத்தெழுந்ததும், சீடர்களுடன் தலைமறைவான தேரையர், அணமயம் என்கிற இன்னொரு கானகப் பகுதிக்குச் சென்றார். அப்பகுதியில் இன்னும் ஏராளமான முனிவர்கள் இருந்தனர். நாளும் சிவ சிந்தனையில் இருந்தாலும் முதுமை யின் காரணமாக அவர்கள் உடல் நலிவுற்று, வருந்திக் கொண்டிருந்தனர். தான் சரியான இடத்துக்கு வந்திருப்ப தாகவே சந்தோஷப்பட்ட தேரையர், மூலிகைகள் பல தேடித்தேடி, முனிவர்களின் நோய்களைக் குணப்படுத்தி, அவர்களின் தவத்துக்கு மேலும் வலிமை சேர்த்தார். தானும் ஆழ்ந்த தவத்தில் ஈடுபட்டார்.

ஒருநாள் தேரையர் தவத்தில் இருந்தபோது, திடீரென்று அகத்தியரின் உருவம் தென்பட்டு, 'தேரையா! எப்போது என்னை வந்து பார்க்கப் போகிறாய்?' என்று கேட்பது போல் தோன்றியது. தேரையர் குழம்பினார். குருவைப் பார்க்கும் ஏக்கம் எழுந்தது. ஆனாலும், அவருக்கு முன் செல்வதற்கு அச்சமாகவும் இருந்தது.

அங்கே, அகத்தியரின் ஆசிரமத்திலும் சீடர்கள் குழப்ப நிலையில்தான் இருந்தனர். அகத்தியருக்குச் சில நாள் களாகவே கண் பார்வை கொஞ்சம் கொஞ்சமாக மங்கி, பார்வையே பறிபோய் விடும் நிலைமை! அவரது சிகிச்சை, அவருக்கே பலனளிக்கவில்லை. சீடர்கள் மிகுந்த கவலை யடைந்தனர். 'என்ன செய்யலாம்?' என ஒன்று கூடி யோசித்த போது, அணமயம் காட்டில் இருக்கும் தவசி ஒருவர் அங்கிருக் கும் முனிவர்களுக்கு சிறப்பான சிகிச்சை தருகிறார் என்று கேள்விப்பட்டனர்.

அகத்தியரைத் தயங்கியபடியே நெருங்கி, 'அணமயம் தவசி ஒருவர், வைத்தியத்தில் சிறப்பானவராக இருக்கிறாராம். அங்கே பல முனிவர்களுக்கு பார்வையை வரவழைத்திருப்ப தாகத் தகவல் சொல்கிறார்கள். தாங்கள் அனுமதி அளித்தால் அவரை அழைத்துவரச் சித்தமாய் இருக்கிறோம்' என்று பணிவுடன் கேட்டார்கள்.

அணமயம் தவசி, தேரையர்தான் என்று தெரியாதவரா, அகத்தியர்!

'சீடர்களே! உங்கள் விருப்பம் அதுவானால், நான் தடுக்கப் போவதில்லை. போய் அந்தத் தவசியை அழைத்து வாருங்கள். நீங்கள் போகும்போது வழியில் களைப்பு நேரிட்டால், எப்போதும் புளியமரத்தினடியிலேயே தங்கிச் செல்லுங்கள்!' என்று வழியனுப்பி வைத்தார்.

அகத்தியர் சொல்லை மீறாத சீடர்கள், குரு சொன்னபடியே வழியில் ஓய்வுக்குப் புளிய மரத்தினடியில் தங்கி, சில நாள்கள் பயணத்துக்குப் பின் தேரையரைச் சந்தித்தார்கள். அகத்தியரின் கண் பார்வை பாதிக்கப்பட்ட விஷயத்தைச் சொல்லி, குணப்படுத்த தேரையரை வரச்சொல்லி அழைத்தனர். இந்த விஷயத்தைச் சொல்லிக் கொண்டிருக்கும்போதே, சீடர்கள் ஒருவர் மாற்றி ஒருவர் ரத்த வாந்தி எடுத்தார்கள்.

தேரையர் அவர்களைப் பரிசோதித்து, விவரம் கேட்டறிந்து சிரித்துக் கொண்டார்.

'மகாமுனியின் சீடர்களே, கலக்கம் வேண்டாம். குருவின் ஆசி உங்களைக் காக்கும். நீங்கள் இங்கிருந்து திரும்பிச் செல்லும் போது, ஓய்வுக்கு அங்கங்கே வேப்பமர நிழலில் தங்கிச் செல்லுங்கள். புளியமரத்தின் வெப்பம் ஏற்படுத்திய ரத்த வாந்தி, வேப்பமரத்தின் குளுமையில் சீராகிவிடும். இங்குள்ள வேலையை முடித்துவிட்டு, இரண்டொரு நாளிலேயே நான் அங்கு வந்து விடுகிறேன்!' என்றார்.

சீடர்கள், தேரையரின் யோசனைப்படியே வேப்பமர நிழலில் தங்கி, முன்பைவிடப் புத்துணர்வுடன் ஆசிரமத்துக்கு வந்து சேர்ந்தனர். அகத்தியரிடம் ஆச்சரியமாக நடந்ததைச் சொல்ல, அவர் ஆரவாரமாக ரசித்துச் சிரித்தார்.

குருவைச் சந்திக்கும் ஆவலில் விரைவாகவே ஆசிரமத்துக்கு வந்து சேர்ந்தார் தேரையர். அடர்ந்த தாடியும் சடைமுடியுமாக தவசிக் கோலத்தில் இருக்கும் தன்னை, குருவுக்கு அடை யாளம் தெரியாது என்று நினைத்துக் கொண்டார்.

அகத்தியரின் கண்களைப் பரிசோதித்துவிட்டு, சில மூலிகை களைப் பிழிந்து ரசம் விட, பார்வை பளீரென்று பிரகாசமாய் தெரிய ஆரம்பித்தது. கூடவே குறும்பும் கூத்தாடியது.

'தவசியே! கண்களுக்கு என்ன மூலிகைச் சாறு அளித்தீர்களோ தெரியவில்லை. பார்வை முன்பைவிடக் கூர்மையாக ஊடுருவிப் பார்க்கும் தன்மை பெற்றுவிட்டது போலிருக் கிறது. இல்லாவிட்டால், இந்த அடர்ந்த தாடிக்குள், என்சீடன் தேரையன் ஒளிந்திருப்பதை என்னால் கண்டுபிடித்திருக்க முடியுமா என்ன?'

அகத்தியர் சொல்ல, சாஷ்டாங்கமாக விழுந்தார் தேரையர்.

'தேரையா, எழுந்திரு! வாழ்க நலமுடன்! உன்னைக் காண்பதற்காகவே நான் இப்படியொரு நாடகம் நடத்தினேன். சில நாள்கள் என்னுடனேயே இரு!' என்றார்.

இருவரும் தினமும் மூலிகைகள் பற்றி ஆராய்ச்சிகள் செய்தனர். தேரையர் அனைத்தையும் ஓலைச்சுவடிகளில் குறிப்பெடுத்துக் கொண்டார்.

ஒருநாள் அகத்தியர் தேரையரை அழைத்து, 'எனக்கு கண் வெடிச்சான் மூலிகை அவசியம் தேவைப்படுகிறது. போய்ப் பறித்துக்கொண்டு வா!' என்றார்.

'தங்கள் ஆணைப்படியே செய்கிறேன், குருதேவா!' என்று சொல்லிவிட்டுப் புறப்பட்ட தேரையர், அகத்தியர் தனக்கு வைத்திருக்கும் இன்னொரு சோதனை இது என்று உணர்ந்து கொண்டார். கண் வெடிச்சான் மூலிகையைப் பறித்தால், அதிலிருந்து புறப்படும் புகையால், பறிப்பவன் கண்களே குருடாகிவிடும். 'குருவின் பார்வையை மீட்டுக் கொடுத் தாயே. இப்போது உன் பார்வையை எப்படிக் காப்பாற்றிக் கொள்ளப் போகிறாய்?' கேலியாய் கேட்டது மனம்.

தேரையர் பொதிகை மலையின்மீது ஏறினார். கண் வெடிச் சான் மூலிகையைத் தேட ஆரம்பித்தார். குகைகள், பள்ளங்

கள், அருவி முகடுகள், ஆழ்ந்த பள்ளத்தாக்குகள், இருண்ட காடுகள் என எல்லா இடங்களிலும் தேடினார். பல நாள்கள் இரவு பகலாகச் சுற்றினார். இதுவரை காணாத, கேள்விப் பட்டிராத பலவிதமான அற்புத மூலிகைகளைக் கண்டார். அவற்றின் குணங்களை ஆராய்ந்து அறிந்துகொண்டார். வாழ் நாளின் மொத்த அனுபவம் அங்கு அவருக்குக் கிடைத்தது. தேரையருக்குத் தெரியாத மூலிகைகளே இல்லை என்கிற அளவுக்கு ஞானம் கிட்டியது.

எத்தனை நாள்கள் திரிந்தோம் என்பதே தெரியாது போய் விட்ட நிலையில், ஒருநாள் திடீரென்று தென்பட்டது கண் வெடிச்சான் மூலிகை!

தேரையருக்கு சந்தோஷம் எல்லை கடந்தது. இதோ மூலிகை கிடைத்துவிட்டது. ஆனால், பறிக்க வேண்டுமே! பறித்தால் பார்வை பறிபோய் விடுமே! என்ன செய்வது?

தெய்வத்தைச் சரணாகதி அடைந்தார் தேரையர்.

பக்தியுணர்வுடன் பத்மாசனம் இட்டு அமர்ந்தார். கண்கள் மூடி தியானித்து அம்பிகையை வணங்கினார்.

'தாயே! மூலிகையைப் பறித்தால், கண் பார்வை பறி போகும். அதன் காரணமாக 'சீடன் பார்வை பறிபோகக் காரணமாக இருந்தவர்' என்ற பழிச்சொல் என் குருநாதருக்கு ஏற்பட்டு விடும். பறிக்காமல் போனாலோ, குரு வார்த்தையை மீறிய துரோகி என்று உலகம் என்னைத் தூற்றும். இது இரண்டும் நடக்காது நீதான் அருள் செய்யவேண்டும் தாயே!' மனம் கசியப் பிரார்த்தித்தார்.

'தேரையா, வீண் கலக்கம் எதற்கு? உனக்காக நானே பறித்துத் தருகிறேன் மூலிகையை!' பதிலளித்தாள் அன்னை.

தேரையர் கண் விழித்தார். பக்கத்தில் கண் வெடிச்சான் மூலிகை பக்குவமாய் இலையில் சுற்றப்பட்டுக் கிடந்தது. அதை எடுத்துக்கொண்டு வந்து அகத்தியர் பாதத்தின் முன் வைத்து வணங்கினார் தேரையர்.

அகத்தியர் ஆனந்தக் கண்ணீருடன் அன்போடு தேரையரை அணைத்துக்கொண்டார்.

'தேரையா! உலக நன்மையின் பொருட்டே, நான் உனக்கு இப்படியொரு சோதனை வைத்தேன். கண் வெடிச்சான் மூலிகையைத் தேடப்போன நீ அங்கிருக்கும் அரிய வகை மூலிகைகள் அத்தனையும் அறிந்துகொள்ள முடிந்ததல்லவா? இனி அவற்றின் குணங்கள், நோய் தீர்க்கும் தன்மைகள் எல்லாவற்றையும் நூலாக எழுது. வைத்திய சாஸ்திரத்துக்கு அது வழிகாட்டியாக விளங்கும்!' என்றார்.

அகத்தியரின் கட்டளைப்படி குணபாடகம், மருத்துவ பாரதம் போன்ற ஏராளமான மருத்துவ நூல்களை எழுதிய தேரையர், நெடுங்காலம் மருத்துவச் சேவை செய்து, மலையாளப் பிரதேசமான தோரண மலையில் ஜீவசமாதி அடைந்தார்.

3. ராஜராஜ சோழனை கலங்கடித்த பிரம்மராட்சஸி!

கருவூரார்

சோழநாட்டின் கருவூரில் பிறந்தவர் இந்தச் சித்தர். அதனாலேயே கருவூரார் என்றானவர். சித்தர்களில் பெரும்பாலானோர்க்கு இப்படித் தான், நிஜப்பெயர் என்னவென்பது தெரியா மலே போய், காரணப் பெயர்களில் தான் அழைக்கப்படுகிறார்கள்.

கருவூராரின் தாய் தந்தையர் ஊர், ஊராகச் சென்று, அங்கங்கே உள்ள கோயில்களில் பஞ்சலோக சிலைகளைப் பழுது நீக்கிக் கொடுத்தும், புதிய சிலைகளை உருவாக்கிக் கொடுத்தும் தொழில் செய்து பிழைப்பு நடத்தியவர்கள். இதன் மூலம் கிடைக்கும் வருமானத்தில் பெரும்பகுதியை, சித்தர்களுக் கும், துறவிகளுக்கும், முனிவர்களுக்கும் செலவழித்தனர்.

இதனால் அன்பு கொண்ட முனிவர்களும், சித்தர்களும், சிறு வயதிலிருந்தே கருவூரார்க்கு ஞானம் ஊட்டினார்கள். இளமையிலேயே

அட்டமா சித்துக்கள் அறிந்து தெளிந்த கருவூரார், திருவாடு துறையில் சித்தர் போகரை சந்தித்தார். சீடரானார். உபதேசங் கள் பெற்றார். முழுமையான சித்தராய் பரிமளித்தார்.

சித்தரானாலும் தன் குலத் தொழிலை மறக்கவோ, துறக்கவோ இல்லை கருவூரார். பெற்றோர் போலவே கோயில் கோயி லாகச் சென்று, சிவாலயங்களில் ரசவாத வித்தை மூலம் தங்கத் தால் சிவலிங்கங்களை ஸ்தாபித்தார். காசி விஸ்வநாதர் ஆலயத்திலும், தாமிரத்தால் வேதை செய்து, தங்கமயமான லிங்கத்தை உண்டு பண்ணி வைத்ததாக வரலாறு உண்டு.

ஒருமுறை கருவூரார் விஷ்ணு ஆலயம் ஒன்றை அடைந்தார். நெடுந்தூரம் நடந்து வந்த களைப்பில், கோயில் வாசலிலேயே அமர்ந்த கருவூரார், சுவாமியைத் தரிசிக்க எண்ணி...

'ஓய்! பெருமாளே... வெளியே வாரும். உம்மை நாம் தரிசிக்க வேண்டும்!' என்று அழைப்பு விடுத்தார்.

ஒருமுறை... இரு முறை... மூன்று முறை அழைத்தும் பெருமாள் வரவில்லை. 'ஓகோ! அப்படியா... சரி. பெருமாள் உள்ளே இல்லை போல் இருக்கிறது. பெருமாள் இல்லாத கோயிலில் பூஜையும் இல்லாது போகட்டும்' என்று சபித்துவிட்டு நகர்ந்தார் கருவூரார். ஆலயம் அப்படியே ஆயிற்று.

பெருமாள் ஆலயத்தை சபித்துவிட்டு நகர்ந்த கருவூரார் அங்கிருந்து திருக்குற்றாலம் அடைந்து சிவதரிசனம் செய்தார். சிவதரிசனம் பெற்ற சந்தோஷத்தில் அங்கு அவர் பாடிய பக்திப் பாடல்களே 'திருவிசைப்பா' ஆயிற்று. பின் பொதிகை சென்று வசித்தார்.

அப்போது ஒரு நாள் திருநெல்வேலியை அடைந்தவர், நெல்லையப்பர் கோயிலுக்குள் சென்றார். இவர் சென்றிருந்த நேரம் கோயிலுக்குள் நிவேதன காலம். கருவூரார் அதை யறியாமல் 'நெல்லையப்பா! நெல்லையப்பா! நெல்லை யப்பா!' என்று கூப்பிட... பதிலில்லை!

மூன்றுமுறை தான் கூவியழைத்தும் பதில் வராததால்... வழக்கம் போலவே இந்த குசும்புச் சித்தன். 'அடடே! இங்கு கடவுள் இல்லை போலிருக்கிறதே! சரி. போகட்டும். ஆண்டவன் இல்லாத ஆலயத்தில் எருக்கு முளைக்கட்டும்!' என்று சர்வ சாதாரணமாகச் சொல்லிவிட்டு விருட்டென வெளியேறிவிட... அவ்வளவுதான். அடுத்த நொடியே சித்தன் வாக்கு பலித்துப் போனது. கிடுகிடுவென ஆலயம் முழுக்க எருக்கஞ்செடிகள் முளைத்து எழுந்தன. புல், புதர்கள் மண்டின.

கோபத்துடனே வெளியேறிய கருவூரார் மானூரை அடையும் பொழுது, நெல்லையப்பர் கருவூராரை மறித்துக் காட்சி தந்தார். 'கருவூர் போக்கிரியே... நியாயமா இது? நைவேத்திய நேரத்தில் வந்து குரல் கொடுத்துவிட்டு, பதில் வரவில்லையே என்று கோபித்துக் கொள்கிறாயே... சரி சரி.. போனது போகட்டும். திரும்பி வா திருநெல்வேலிக்கு!' என்று அழைப்பு விடுத்தார்.

சிவம் கூப்பிட்டு சித்தன் போகாமலிருக்க முடியுமா என்ன? சினத்தை விட்டு, சிவாலயத்துக்குள் நுழைந்தார் கருவூரார். மானூரிலிருந்து, கோயில்வரை கருவூரார் எடுத்து வைத்த ஒவ்வொரு அடிக்கும் ஓர் பொற்காசு தோன்றச் செய்து சித்தனை சிறப்பித்தார் சிவபெருமான். கருவூர் சித்தன் காலடி கோயிலுக்குள் பட்டதுமே... பட்டுப்போய் தானாகவே மறைந்தன எருக்கஞ்செடிகள்.

இம்மாதிரி அனுபவப்பட்டதால்தானோ என்னவோ, திரு விடைமருதூரில் இறைவன் தலைதிரும்பிய பேரதிசயமும் நிகழ்ந்தது.

திருவிடைமருதூர் கோயிலில் குடி கொண்டுள்ள நாரம்பூ நாதனை தரிசிக்க கருவூரார் புறப்பட்டு வர, வழியில் குறுக்கிட்டது தாமிரபரணி. ஆற்றில் வெள்ளம் பெருக் கெடுத்து ஓடியது. நதியைத் தாண்டி, கோயிலுக்குள் செல்ல முடியாமல் திகைத்தார் கருவூரார். 'நாரம்பூநாதா!' என்று சிவபெருமானை அவர் கூவியழைக்க, சித்தர் குரல் கேட்ட

சிவபெருமான் சற்று திரும்பிப் பார்த்து, 'வா... கருவூரா!' என்று அழைப்பு விடுத்தார்.

சிவனழைப்பு கேட்டதுதான் தாமதம்... சளசளவென உடனடி யாய் வடிந்தது வெள்ளம். வழிவிட்டாள் தாமிரபரணி. ஆற்றைக் கடந்து, ஆலயம் சென்று இறைவனைத் தரிசித்தார் கருவூரார்.

இந்த நிகழ்ச்சிக்கு சாட்சியம் கூறுவதாக இப்போதும் திருவிடைமருதூர் சந்நிதியில் சற்றுத் தலை சாய்ந்த நிலை யிலேயே காணப்படுகிறது இறைவனின் திருவுருவம்.

சிவனும், சித்தர்களுமாக ஒருவர் மீது ஒருவர் கொண்ட அளவில்லாத அன்பை, மக்கள் அறிவதற்காக வெளிப்படுத்திக் கொண்ட, இம்மாதிரி திருவிளையாடல்கள் நிறையவே இருக்கின்றன நம் இந்து புராணத்தில்.

அடுத்ததாக கருவூரார், சக்ரவர்த்தி ராஜராஜ சோழனின் சஞ்சலம் தீர்த்ததைப் பார்ப்போமா?

சிவபக்தியில் சிறந்தவனான ராஜராஜ சோழன் தஞ்சையில் சிவபெருமானுக்காக பெரிய கோயில் ஒன்றைக் கட்டி முடித்திருந்தான். இந்தக் கோயில் ராஜராஜனின் லட்சியக் கனவு! அவர் எண்ணப்படியே, ஈடில்லா அழகுடனும், அற்புதமான வடிவமைப்புடனும் சிற்ப வேலைப்பாடு களுடனும் உருவாகியிருந்தது அந்த பிரகதீஸ்வரர் ஆலயம். பிறகென்ன, இறைவனைப் பிரதிஷ்டை செய்ய வேண்டியது தான் மிச்சம்.

இங்குதான் நிம்மதியிழந்து போனான் மாமன்னன். கோயிலில் லிங்கத்தைப் பிரதிஷ்டை செய்யும்போது, அதை பீடத்தில் நிறுத்த முடியவில்லை. பிரமாண்டமான லிங்கம் ஆவுடை யாரில் பொருத்த முடியாமல் ஆடியது.

சோழ சக்ரவர்த்தி கதறினான். கண்ணீர் வடித்தான். ஏதோ தெய்வக்குற்றமோ என்று எண்ணி மனம் உடைந்தான். 'சிவபாத சேகரன்' என்று பெயர் பெற்றவன், அப்பன்

சிவனுக்கு ஆலயம் அமைக்க முடியாமலேயே போய்விடுமோ என்று அஞ்சினான். அரற்றினான், நிம்மதியிழந்தான்.

அப்போதுதான் கருவூரார்க்கு, அவருடைய குருவான போகரிடமிருந்து ஓலை வந்திருந்தது.

'கருவூரா... உடனே புறப்பட்டு தஞ்சைக்கு வா! நீ வருவதனால் இங்கு ஓர் சிவாலயம் பூர்த்தியாகும்! ' என்றிருந்தது.

கருவூரார், தஞ்சை வந்தார். குரு போகரைச் சந்தித்தார். அனைத்தையும் அறிந்தார். பின் குருவாக்கின்படி, ராஜ ராஜனைச் சந்தித்து ஆறுதல் சொல்லி, அவனையும் அழைத்துக் கொண்டு ஆலயத்தினுள் பிரவேசித்தார். பார்த்த நிமிடமே லிங்கம் பொருத்த இயலாமல் இருப்பதன் காரணத்தைப் புரிந்து கொண்டார்.

ஆம்! லிங்கத்தை அஷ்டபந்தனம் செய்ய விடாமல், ஒரு பிரம்மராட்சஸி தடுத்துக் கொண்டிருந்தாள். கருவூரார்க்கு கண் சிவந்தது. வாயில் இருந்த தாம்பூலச் சாற்றை பிரம்ம ராட்சஷி யின் மீது காறி உமிழ்ந்தார். அவ்வளவுதான் பஸ்மமாகிப் போனாள் பிரம்மராட்சஸி.

பின் எந்த இடர்பாடும் இல்லாமல், கருவூரார் தன் ஸித்தியின் சக்தி மூலம் லிங்கத்தைப் பிரதிஷ்டை செய்ய, கம்பீரமாய் ஆவுடையாரில் பொருந்தி, சிவலிங்கம் தகதகவென பேரொளி யில் பிரகாசித்தது. தொடர்ந்து மன்னனும் மக்களும் மனம் மகிழ்ந்து சிவநாமம் சொல்லி முழங்க, அபிஷேகமும் செய்வித்தார் கருவூரார்.

ராஜராஜசோழன் மெய்சிலிர்த்துப் போனான். கருவூராரின் காலடி வணங்கி, அவரைப் போற்றிச் சிறப்பித்தான்.

இப்படி ஒரு சோழன் அவரைக் கொண்டாடினான் என்றால், மற்றொரு சோழன் கருவூராரை சிறையில் வைக்கவும் காரணமாயிருந்தான்.

அந்தச் சோழன் இரணியவர்மன்.

இரணியவர்மனும் ஒரு சிறந்த சிவ பக்தன் தான். இவன் ஒரு முறை கனவில் சிற்றம்பலநாதனின் அற்புத நடனத்தைக் காணும் பேறு பெற்றான். கனவில் கண்ட அம்பலத்தானின் அழகிய நடன முத்திரையை ஓவியமாய் தீட்டினான். இருந்தும் திருப்தியில்லை. தான் பெற்ற இன்பத்தை இந்நாட்டு மக்களும் பெறுமாறு, ஓவியமாய் வரைந்த நடராஜனை, சொக்கத் தங்கத்தில் தகதகக்கும் விக்கிரகமாகச் செய்து ஆலயத்தில் அனைவரும் தரிசிக்கும்படி அமைக்க நினைத்தான்.

நாட்டிலுள்ள சிறந்த சிற்பிகள் அனைவரையும் அழைத்தான். ஓவியத்தை அவர்கள் முன் நீட்டினான்.

'சிற்பிகளே, சிறந்தவர்களே, இதோ என் இறைவன் நட ராஜனின் இந்த அழகிய வடிவை அப்படியே உள்ளது உள்ளபடி, தூய்மையான சொக்கத்தங்கத்தில் விக்கிரகமாக செய்து அருளுங்கள்' என்று ஆணையிட்டவன் கஜானா விலிருந்து தேவைப்படுமளவு சொக்கத் தங்கத்தையும் வரவழைத்துத் தந்தான்.

விக்கிரகம் வடிப்பதையே தொழிலாகக் கொண்ட சிற்பிகள். இதையும் சர்வ சாதாரணமாகவே ஏற்று, வடிவமைக்க முனைந்தார்கள். இத்தனைக்கும் வயதிலும், அறிவிலும், அனுபவத்திலும் தேர்ந்த சிற்பிகள்தாம் அவர்கள். ஆனால்… ஆனால்… என்னவென்றே தெரியவில்லை… தங்க வார்ப்பு முழுமையடையாமல் உடைந்து கொண்டே போனது. திரும்பத் திரும்ப முயற்சித்தும் முற்றுப் பெறாமல் குறை பாடுடனே முடிந்தது.

சிற்பிகள் மனம் பதைத்து நடுங்கினார்கள்.

சிற்பிகளின் கதறல் கடவுளின் காதில் விழுந்ததோ, இல்லை யோ, கருவூராரின் காதுகளை எட்டியது. சிற்பிகளைக் காப்பதற் காக அங்கே வந்து சேர்ந்தார் அவர். மன்னன் விதித்த கெடுவில் நாற்பத்தேழு நாள்கள் முடிந்திருந்தன. இன்னுமிருப்பது ஒரு நாள் ஒரேயொரு நாள்!

44

‘என்ன செய்தும் சிலை வடிக்க முடியவில்லை கருவூராரே! தங்க வார்ப்பு நிற்காமல் உடைந்து போகிறது. இருப்பது ஒரே நாள். என்ன செய்வதென்று புரியாமல் தத்தளிக்கிறோம்!’ என்று புலம்பினார்கள்.

‘கவலைப்படாதீர்கள் சிற்பிகளே... ஒரு நாள் எதற்கு? ஒரு மணி நேரம் போதும் எனக்கு. நிச்சயமாக, அந்த அம்பலத் தானின் ஆடல் வடிவை, நான் சிற்பத்தில் வடித்து எடுக்கிறேன்!’

அபயமளித்த கருவூரார், விக்கிரகம் செய்வதற்கான அறைக் குள் புகுந்து தாளிட்டுக் கொண்டார். சிற்பிகள் கருவூராரை நம்புவதா, வேண்டாமா என்கிறபடி பதைப்புடன் வெளியே காத்திருந்தார்கள்.

ஒரு மணி நேரத்துக்குப் பிறகு கதவு திறந்தது. கருவூரார் புன்னகையுடன் வெளிப்பட்டார்.

‘இனி யாரும் பயப்படத் தேவையில்லை. நடராஜனின் திருக்கோலம் திவ்ய வடிவுடன் எழுந்தருளியாகி விட்டது. தரிசனம் செய்து கொள்ளுங்கள்!’ என்றார்.

ஆச்சரியத்துடன் சிற்பிகள் உள்ளே நுழைந்தனர். ஆஹா! அற்புதம்! அற்புதம்! அம்பலக் கூத்தன் விக்கிரகம் அழகுமிளிரக் காட்சியளித்தது.

மறுநாள் மன்னன் வந்தான். தகதகக்கும் தங்க வடிவாக நடராஜனைக் கண்டான். வியந்தான். போற்றினான்! அங்குலம் அங்குலமாய் தங்கச் சிலையை தரிசித்தவனின் கண்களில் திடீரென்று ஒரு சந்தேக மின்னல்! மேலும் சிலையைக் கூர்ந்து நோக்கியவன் கோபமானான்.

‘சிற்பிகளே... நான் சிலைசெய்ய சொக்கத் தங்கம் அல்லவா அளித்தேன். ஆனால் நீங்களோ தங்கத்தைத் திருடிவைத்துக் கொண்டு, செம்பு கலந்து அல்லவா சிலை செய்திருக்கிறீர்கள். என்னை ஏமாற்றப் பார்க்கிறீர்களா?’ என்று கர்ஜித்தான்.

சிற்பிகள் பயந்து பதறினார்கள்.

'மன்னவா... இந்தச் சிலை நாங்கள் செய்ததல்ல. எத்தனையோ முயற்சித்தும் எங்களால் பொன்னில் சிலை செய்ய இயலவில்லை. சித்தர் ஒருவர் வந்து இதைச் செய்து முடித்தார்' என்றனர்.

'தங்கத்தில் செம்பு கலந்து ஏமாற்றியவன் சித்தனாய் இருக்க முடியாது. அவன் மகா எத்தன். எங்கிருந்தாலும் அவனை இழுத்து வாருங்கள்.' என்று கட்டளையிட்டார்.

வீரர்கள் விரைந்து சென்று, கருவூராரைக் கைது செய்து அழைத்து வந்து, மன்னர் முன் நிறுத்தினார்கள்.

'இந்தக் கருவூராரை சிறையில் தள்ளுங்கள். தண்டனையை நாளை முடிவு செய்வோம்!' என்றான் மன்னன்.

கருவூராரைக் கைது செய்த சேதி நாடெங்கும் பரவியது.

அன்றிரவு. அரண்மனையில் மன்னன் அறை. திடீரென அவர் முன் தோன்றினார் சித்தர் திருமூலர். திகைத்தான் சோழ மன்னன்.

'சோழனே... நீ தவறிழைத்து விட்டாய். கருவூராரை சிலை செய்ய அனுப்பி வைத்தவன் நானே... சுத்தத் தங்கத்தில் விக்கிரகம் செய்ய முடியாதென்பதை நீ அறிய மாட்டாய் மன்னா. அதனால்தான் சிறிது செம்பைக் கலந்து, சிலை செய்திருக்கிறார் கருவூரார்' என்றவர்...

'என்றாலும், நீ தங்கத்துக்காகத்தானே கருவூராரைக் கைது செய்திருக்கிறாய். போ... நீ கொடுத்த எடைக்குச் சமமாக வெள்ளியைக் கொண்டுவா. அதை உருக்கு!' என்று கட்டளை யிட்டார்.

மன்னனின் பணியாட்கள் அவ்விதமே செய்ய, உருக்கிய வெள்ளியில் திருமூலர் ஒரு துளி செந்தூரம் இட்டார். அடுத்த கணம் வெள்ளி, பத்தரைமாற்று தங்கமாய் மின்னியது.

'சோழா... இதோ எடுத்துக் கொள் உன் தங்கத்தை! இது போதுமா... இன்னும் வேண்டுமா? இரணியவர்மா நீ ஆசை யென்ற பெரிய மலைக்குள் வாழ்கிறாய். ஆசை போய் விட்டால் உண்மையான பரவெளியை உணர்ந்து கொள்வாய். அப்போது உனக்கு எல்லாப் பொருட்களும் ஒரே பொருளாகத் தோன்றும். அதுதான் 'மூல முழு முதற் பொருள்' என்று உரைத்தார் திருமூலர்.

'தவழிழைத்து விட்டேன் தவசீலரே... தவறிழைத்து விட்டேன்...' கதறிய சோழன் கருவூராரை விடுதலை செய்யக் கட்டளையிட்டான்.

அவன் ஆணையிட்டது அதுவே கடைசி! ஆம்! திருமூலரின் திருவடிகளில் வீழ்ந்து வணங்கி தஞ்சமடைந்த சோழன், அதற்குப் பிறகு முற்றும் துறந்த முனிவனாகி விட்டான்.

திருமூலரை வணங்கி விடைபெற்ற கருவூரார், அங்கிருந்து ஸ்ரீரங்கம் சென்றார். பள்ளி கொண்ட பெருமாளைச் சேவித் தவர், வெளியே வந்தபோது, எதிர்பட்டாள் ஒரு அழகிய பெண். அவள் தாசி அபரஞ்சி.

அபரஞ்சி, அபார பக்தி கொண்டவள். தாசி தொழிலானாலும், ஸ்ரீரங்கப் பெருமானின் திருவடி ஒன்றே எண்ணமாய், நாள் தவறாது வழிபடுபவள். அவள் கருவூராரைக் கண்டாள். அற்புதமான சித்தர் இவர் என உணர்ந்து கொண்டாள். அவர் மேல் மயக்கம் கொண்டாள். உபதேசம் பெற எண்ணம் கொண்டாள். கருவூராரை வணங்கி, தன் இல்லத்துக்கு வருமாறு அழைப்பு விடுத்தாள்.

கருவூரார் அவள் அழைப்பை புறக்கணிக்காமல் ஏற்றுக் கொண்டார். தாசிதானே என்று ஏளனமாக எண்ணாமல், அவள் உள்ளிருக்கும் பக்தி நெறி உணர்ந்து, மேலும் அவளுக்கு ஞான உபதேசம் வழங்க முடிவெடுத்தார். அவளுடனே, புறப்பட்டுச் சென்றார்.

தாசி அபரஞ்சி, அடுத்த இரண்டு நாள்களும் கருவூராரைப் பூஜித்து தன் அன்பு உபசரிப்பில் திக்குமுக்காட வைத்தாள்.

47

தனக்கு ஞான உபதேசம் செய்விக்க வேண்டுமெனக் கேட்டுப் பாதம் பணிந்தாள்.

கருவூரார் மகிழ்வுடன் அவளுக்கு சித்த, ஞான உபதேசம் அளித்தார். பின் விடைபெற எழுந்தபோது...

'அபரஞ்சி! தொழிலில் தாசியாய் விளங்கினாலும், உள்ளத்தில் பற்றற்ற நிலையை நீ நெருங்கி விட்டாய்! உன்னுடன் கழித்த இந்த இரண்டு நாள்களில் என் உள்ளம் மிக மகிழ்ந்தேன். சித்த மார்க்கத்தில் சிறக்கப் போகிறவளே. இதோ! பெற்றுக் கொள். உனக்கெனவே நான் ஸ்ரீரங்கப் பெருமானிடம் கேட்டுப் பெற்ற பரிசு!' என்று சொல்லி நவரத்தின மாலை ஒன்றைக் கொடுத்தார்.

நவரத்தின மாலையைக் கண்ட அபரஞ்சி மனம் மகிழ வில்லை. கருவூராரைப் பிரிய நேர்கிறதே என வருந்தினாள். கருவூரார் அதைக் கண்டு கொண்டார்.

'வருந்தாதே அபரஞ்சி. நீ எப்போது நினைத்தாலும், அழைத்தாலும் வருவேன்!' என்று கூறி தல யாத்திரைக்குப் புறப்பட்டார்.

அடுத்த நாள் ஸ்ரீ ரங்கநாதர் சந்நிதியில் அமளிதுமளியானது. பெருமாளின் கழுத்தில் இருந்த நவரத்தின மாலையைக் காணவில்லை!

அர்ச்சகர்கள் அலறினார்கள். திருடன் வந்த சுவடு தென் படுகிறதா என்று தேடினார்கள். செய்தி கேள்விப்பட்ட பக்தர் கள் பதைபதைத்தார்கள். ஊர்ஜனம் மொத்தமும் கோயிலுக் குள் குழுமியது.

அப்போது கோயிலுக்குள் நுழைந்தாள் அபரஞ்சி. நடந்த களேபரம் ஏதும் அவளுக்குத் தெரிந்திருக்கவில்லை. அனை வரின் பார்வையும் அபரஞ்சி மீது விழுந்தது. அவள் கழுத்தில் கருவூரார் அளித்த நவரத்தினமாலை ஜொலித்தது.

'ஆ! இதோ... இதுதான்... இந்த மாலைதான்... அரங்கனின் கழுத்தில் இருந்த மாலை இதுவேதான்!' - அலறல் குரல் கொடுத்தார் அர்ச்சகர்.

'அரங்கனின் நவரத்தின மாலை தாசி அபரஞ்சியின் கழுத்திலோ? கடவுளே இது என்ன அபசாரம்'

'அப்படியானால் இவள்தான் திருடியிருக்க வேண்டும்!'

'இல்லாவிட்டால் திருடிய எந்தக் காமுகனோ, அதை இவளுக்கு அளித்திருக்க வேண்டும். ஆகவே மாலையைக் களவாடியவனை இவள் நிச்சயம் அறிந்திருப்பாள்.'

கூடியிருந்தவர்கள் ஆளாளுக்குக் குரல் கொடுத்தார்கள்.

அபரஞ்சியிடம் சற்றும் கலக்கமில்லை. அவள் அமைதியாய் பதிலுரைத்தாள்.

'இந்த மாலையை யாரும் களவாடவில்லை. திருவரங்கனின் பரிசாக, கருவூரார்தான் இந்த நவரத்தின மாலையை எனக் களித்தார்.'

'கருவூரான் வேலையா இது! இப்போது எங்கிருக்கிறான் அவன்?' சினத்துடன் கேட்டார் காவலதிகாரி.

'அழைத்தால் வருவார். நான் வரச் சொல்கிறேன் அந்தச் சித்தரை!' பதறாமல் சொன்னாள் அந்த பக்தி மாது.

'சித்தனா அவன்? சரியான காமப் பித்தன்! காவலர்களே தாசி அபரஞ்சியை அவள் இல்லத்திலேயே சிறை வையுங்கள். அந்தக் கருவூரான் இவளைக் காண வரும்போது கைது செய்து இழுத்து வாருங்கள்!' காவலர்களுக்குக் கட்டளையிட்ட அதிகாரி அபரஞ்சியின் கழுத்திலிருந்த மாலையைப் பிடுங்கிக் கொண்டு போனார்.

அபரஞ்சி கருவூராரை நினைத்துத் தொழுதாள். தொழுது முடித்து நிமிரும் நாழிகைக்குள் முன்வந்து நின்றார் சித்த புருஷரான கருவூரார். அபரஞ்சி அவரிடம் நடந்தவற்றைச்

சொல்லிக் கொண்டு இருக்கும்போதே காவலர்கள் உள்ளே புகுந்தனர். கருவூராரைக் கைது செய்து இழுத்துச் சென்று, கோயிலதிகாரி முன் நிறுத்தினார்கள்.

'கருவூராரே! அரங்கன் கழுத்திலிருந்த மாலையைக் களவாடி, தாசி மகளுக்கு அளித்திருக்கிறீர்களே, இது என்ன நியாயம்?' கோபத்துடன் கேட்டார் கோயிலதிகாரி.

'இல்லை. நீங்கள் நினைப்பது தவறு... தாசி என தாங்கள் இழிவாகப் பேசும் இந்த அபரஞ்சி, திருவரங்கனின் பரிபூரண அருள் பெற்றவள். எனக்கும் இவளுக்குமிடையே நிலவுவது, குரு, சிஷ்யை உறவுதான். இவளின் பக்தி பக்குவத்தைப் பார்த்த பரந்தாமன்தான் தன் நவரத்தின மாலையை என்னிடம் அளித்து, இவளுக்குப் பரிசளிக்கச் சொன்னார். இதுவே உண்மை!'

'என்ன கருவூராரே கதையளக்கிறீர். அரங்கன் இவளுக்குப் போய் பரிசளித்தாரா? அப்படியானால் இதை அரங்கன் சந்நிதியில், அவனெதிரே சொல்வீர்களா?'

'நிச்சயம் சொல்கிறேன். அதுமட்டுமல்ல, அரங்கனையே சொல்லவும் செய்கிறேன்!'

திருவரங்கன் சந்நிதிக்குள் திரண்டனர் அனைவரும்.

'அரங்கா... இந்த மாலையை அபரஞ்சியிடம் அளிக்கச் சொன்னது நீர்தான் என்பது உண்மையானால், நீயே சாட்சி சொல்ல வா!' அனைவரும் கேட்கும்படி கூறினார் கருவூரார்.

சந்நிதியில் சிறு சலசலப்புமில்லை. அந்த நிசப்த சூழ் நிலையில், அரங்கனின் கருவறைக்குள்ளிருந்து... அசரீரி ஒலித்தது.

'பக்தர்களே, நீங்கள் அனைவரும் எனக்கு அலங்காரம் செய்து அழகு பார்க்க நினைக்கிறீர்கள். நானோ, என்னைக் கொண்டாடும் அடியார்களை அலங்காரம் செய்து அழகு பார்க்க நினைத்தேன். அதன் காரணமாகவே அபரஞ்சிக்கு இந்த நவரத்தின மாலையை கருவூரார் மூலம் அளித்தேன்'

குழுமியிருந்த அனைவரும், அரங்கன் சாட்சியில் பரவசப்
பட்டுப் போனார்கள். 'ரங்கா... ரங்கா... என தொழுது
கூத்தாடினார்கள். கோயிலதிகாரியும், ஊர்ப் பெரியவர்களும்
கருவூராரையும், அபரஞ்சியையும் வணங்கினர். நவரத்தின
மாலையை அபரஞ்சியிடமே அளித்தனர்.

அபரஞ்சி நவரத்தின மாலையை வாங்க மறுத்தாள்.

'பெரியவர்களே, இது கருவூராரும், திருவரங்கப் பெருமாளும்
சேர்ந்து நடத்திய நாடகம். இதன் மூலம் மேலும் புனித
மானேன் நான். இந்த புண்ணியம் ஒன்றே போதும் எனக்கு.
அரங்கனுக்கு உரிமையான மாலையை அவரிடமே சேர்த்து
விடுங்கள்' என்று தழுதழுத்தாள்.

நாடகத்தை நல்லவிதமாய் முடித்து வைத்த கருவூரார், பிறந்த
ஊரான கருவூருக்கே திரும்பினார்.

கருவூராரின் புகழும், மேன்மையும், ஊருக்கு ஊர் பரவி,
பேசப்பட்டாலும், கருவூரின் மக்கள் மட்டும் அவரைப் புரிந்து
கொள்ளாமல் இகழ்ந்தனர். ஊரின் அந்தணர்களோ, அவர்
மேல் கொலை வெறி கொண்டு தூற்றினர்.

'கருவூரான் ஒரு மாயாவி... ஒழுக்கம் இல்லாதவன்... மதுவும்,
மாமிசமும் கொண்டு வழிபடுபவன். போதாதற்கு தாசிகளின்
சகவாசம் வேறு. முதலில் இவனை இங்கிருந்து ஒழித்துவிட
வேண்டும்' என்று வன்மம் கொண்டனர்.

ஒருமுறை, மதுவையும், மாமிசத்தையும் கொண்டு போய்
கருவூராரின் வீட்டில் மறைத்து வைத்து விட்டு... அரசரிடம்
போய் புகார் கூறினார்கள் அந்தணர்கள்.

'மன்னா... கருவூரான் அநாசார பூஜை நடத்துகிறான். வேண்டு
மானால் அவன் வீட்டைச் சோதித்துப் பாருங்கள்' என்று
மூட்டி விட்டனர்.

மன்னனுக்கு கருவூராரின் மேல் மதிப்பிருந்தாலும், அந்தணர்
களின் புகாரைப் புறக்கணிக்க முடியாமல், கருவூராரின்
வீட்டைச் சோதனையிட தானே புறப்பட்டான்.

அங்கே பூஜைக்கும், யாகத்துக்கும் உரிய பொருட்கள் மட்டுமே இருந்தன. மன்னன், தன் செயலுக்கு வருத்தம் தெரிவித்து கருவூராரிடம் மன்னிப்புக் கேட்டான்.

'மன்னா... என்னிடம் மன்னிப்பு கேட்பது இருக்கட்டும். என் மீது புகார் சொன்னவர்களின் வீடுகளையும் சோதனை செய்து பார்' என்றார் கருவூரார்.

கருவூரார் சொன்னபடியே சோதனையிட்டபோது, புகார் தந்தவர்களின் வீடுகளில் எல்லாம் மதுவும், மாமிசமும் நிறைந்து கிடந்தது கண்டுபிடிக்கப்பட்டது. மன்னன் கொதித்துப் போனான். அந்தணர்களின் மீது தண்டனை தரு மளவுக்கு கோபம் கொண்டான்.

கருவூரார், மன்னன் கோபத்தைத் தடுத்து சமாதானப் படுத்தினார்.

'அரசே... அந்தணர்கள் மேல் தவறில்லை. அவர்கள் என் வீட்டில் மறைத்து வைத்த மதுவும், மாமிசமுமே அவர்கள் வீட்டில் கண்டெடுக்கப்பட்டது. வீண் பொறாமையி னாலேயே அந்தணர்கள் இவ்வாறு நடந்து கொண்டார்கள். அவர்களை மன்னித்து விடுங்கள்' என்று கேட்டுக் கொண்டார்.

கருவூரார் பெருந்தன்மையுடன் இப்படி நடந்து கொண்டாலும், அரசர்முன் அவமானப்பட்டதால் அந்தணர்கள் மேலும் மேலும் ஆத்திரமடைந்தனர்.

ஒருநாள் கருவூரார் நதியில் நீராடச் செல்வதற்காக சென்றபோது, கைகளில் கொலை ஆயுதங்களுடன் அந்தணர் கள் அவரை வழிமறித்துத் துரத்தினார்கள்.

கருவறைக்குள் புகுந்த கருவூரார்... 'ஆனிலையப்பா... பசு பதீஸ்வரா.. சரணம்! சரணம்!' என்று கூவியவாறு சிவ லிங்கத்தைக் கட்டித் தழுவிக் கொண்டார். அவ்வளவுதான் சிவத்தோடு அந்தச் சித்தன் இரண்டறக் கலந்து விட்டான்.

அந்தணர்கள், இந்த தெய்வீகக் காட்சியைக் கண்டார்கள். வெலவெலத்துப் போய் நின்றார்கள். தங்களின் தவறை உணர்ந்தார்கள். தாங்கள் இழைத்த தவறுக்குப் பிராயச்சித்த மாக, ஆனிலையப்பர் கோயிலிலேயே கருவூரார்க்கு தனி சந்நிதி அமைத்து, அவருடைய உருவச்சிலையை பிரதிஷ்டை செய்து வழிபட்டனர்.

கரூர் ஆனிலையப்பர் கோயிலில், கருவூரார்க்கு இன்றும் வழிபாடு நடக்கிறது.

கருவூரார், நல்ல தமிழில் ஏராளமான பாடல்கள் பாடி வைத்துள்ளார். அவற்றுள் பதினோரு நூல்கள் தற்போதும் உள்ளன. அவற்றுள் வைத்தியமுறை, யோக ஞானம், அஷ்டமா சித்தி என்று பலவும் சொல்லப்பட்டுள்ளன. என்றாலும், அவருடைய நூல்களில் ரசவாத வித்தை எனும் தங்கம் செய்யும் முறையும் உள்ளது என்று அதையே தேடிக்கொண்டு இருப்போரும் உண்டு.

4. மயக்கத்தில் மாறிய நவகிரகங்கள்!

இடைக்காடர்

அது கோனார்களின் கிராமம். மலையடி வாரத்தில் உள்ள அழகிய ஊர் அது. அங்குள்ள மக்களுக்கு, ஆடு, மாடு மேய்ப்பதும், பால் கறந்து விற்பதும்தான் தொழில். காடன் என்பவன் ஆடு மேய்ப்பவன்

ஆடுகளை மேய்ப்பான். பால் கறப்பான். தினப்படி வேலைகள் முடித்து, யோகத்தில் ஆழ்ந்துவிடுவான்.

இடைக்காடனுக்கு தான் இருப்பது யோக நிலையென்றோ, ஐம்புலன்களையும் அடக் கிய சித்த நிலை என்பதோ எதுவும் தெரிய வில்லை. இந்த நிலை, இந்த ஞானம் அவனுக்கு இயல்பாகவே வரப் பெற்றிருந்தது.

சதா சிவ சிந்தனையில் மனம் லயித்து துறவு நிலையில் வாழ்க்கை நடத்திக் கொண்டிருந்த வனை, இரண்டு கண்கள் இடைவிடாமல் கூட கண்காணித்துக் கொண்டிருந்தன.

54

அருள் பொழியும் அந்தக் கண்களுக்குச் சொந்தக்காரர் ஒரு சித்தர். வான் வழியே உலவும் நவநாத சித்தர்களில் ஒருவர். அவர் இடைக்காடரைக் கண்டு ஆச்சரியத்தில் இருந்தார்.

படிப்போ, எழுத்தறிவோ எதுவுமில்லாத ஆடு மேய்க்கும் சாதாரண பாமர மனிதனுக்கு இப்படி யோகத்தில் ஒடுங்கி நிற்கும் ஞான நிலை எவ்வாறு ஏற்பட்டது என தினம் தினம் அதிசயப்பட்டவர், அந்த ஆடு மேய்க்கும் யோகியிடம் பேசிப் பார்க்க ஆசைப்பட்டார்.

வழக்கம்போல் ஒரு நாள் இடைக்காடன் வனத்தின் உள்ளூரச் சென்று, ஆடுகளை மேய்ச்சலுக்கு அனுப்பிவிட்டு, தனிமை யில் யோகத்தில் ஆழ நினைத்தபோது, எதிரே வந்து நின்றார் சித்தர். இடைக்காடன் திடுக்கிட்டான்.

'என்னப்பா... உன் யோகத்துக்கு இடையூறாய் வந்து விட்டேனோ?' என்றார்.

'அய்யோ... சுவாமி... என்ன சொல்றீங்க? நீங்க இங்க வந்தது என்னோட புண்ணியம் சுவாமி!' பரவசமானான் காடன்.

பரபரவென ஓடியவன், தர்ப்பைப் புல்லை அறுத்து வந்து, தரையில் பரப்பி, சித்தரை அமர வைத்தான். குடுகுடுவென ஓடிப்போய், ஆட்டுப் பால் கறந்து வந்து நீட்டினான்.

சித்தர் மனம் மகிழ்ந்தார். முக்காலமும் அறிந்தவரான அவருக்கு, இடைக்காடன் இன்னொரு சித்தராய் உருவாக வேண்டியவர் என்பது புரிந்தது. இடைக்காடனுக்கு தானே குருவாய் இருந்து ஞானம் அருளத் தீர்மானித்தார்.

சித்தரின் உபதேசம் தொடங்கியது. ஜோதிடம், வைத்தியம், ஞானம், யோகம் என பலவற்றையும் உபதேசித்தார். நாள்கள், வாரங்களாகி, வாரங்கள் மாதங்களாகி, மாதங்கள் வருடமாய் ஓடின.

சித்தர் வஞ்சனையின்றி வாரி வழங்கிய ஞானம், இடைக் காடரைத் தெய்வத்தன்மை அடைய வைத்தது. முக்காலமும் அறியக் கூடிய மகா முனிவரானார் இடைக்காடர்.

சித்தர், விடை பெறும் நேரம் வந்தது. 'இடைக்காடா, நீ அடைந்த ஞானத்தால், இந்த உலகத்தை, மனிதர்களை உயர்த்துவதே இனி உன் பணி. மக்கள் ஏதுமறியாதவர்களாய் அஞ்ஞானத்தில் மூழ்கிக் கிடக்கிறார்கள். ஆசையில் அலை கழிக்கப்படுகிறார்கள். அவர்களைத் திருத்தி நல்வழிப்படுத்த பக்தி மார்க்கம் ஒன்றே வழி. நீ போதிக்க வேண்டியது என்னவென்று புரிகிறதல்லவா. வாழி நீ! வருகிறேன்!' என்று சொல்லி மறைந்தார் சித்தர்.

குரு சொல் மாறாமல் நடந்தார் இடைக்காடர்.

மக்களைத் தேடிப் போய் உபதேசிக்கத் தொடங்கினார். காம, குரோத, மனமாச்சரியங்களை விட்டொழித்து, நல்வழியில் நடக்க வேண்டினார். அறிவுரை சொன்னார்.

நம் உடம்பே ஒரு பாம்புப் புற்றுதான். இந்தப் புற்றுக்குள்தான், கோபம் என்கிற கொடிய விஷப் பாம்பு இருக்கிறது. வேண்டி யவர், வேண்டாதவர் என்கிற பாகுபாடின்றி, எந்த நேரத்திலும் சீறியெழுந்து, அடுத்தவரைக் கொத்திக் குதற அது தயாராய் காத்திருக்கிறது. அது நமக்குள் இருக்கும்வரை, மனித குலத்துக்கு எந்த நன்மையும் அது தராது. நமக்குள் இருக்கும் புண்ணியத்தையும் அது அழித்து விடும்' என்று

'சினம் என்னும் பாம்பு இறந்தால்

தாண்டவக்கோனே - யாவும்

சித்தி என்று நினையேடா தாண்டவக்கேனே'

எனப் பாடினார். இவரின் உபதேசப் பாடல்கள், தத்துவப் பாடல்களாக வெளிப்பட்டன. இவரின் பாடல்கள் 'இடைக்காடர் உபநிடதம்' என்று மக்களால் அழைக்கப்பட்டு பாடப்பட்டன.

இந்தச் சூழ்நிலையில், ஒரு பெருத்த அபாயம் வரப்போவதை, இடைக்காடர் அறிந்தார்.

மனிதர்கள் குணம் கெட்டுக் கிடப்பதால், கிரகங்களும் வக்கரித்து, இன்னும் சிறிது காலத்தில், பன்னிரண்டு

வருடங்கள் பெரும் பஞ்சம் பூமியில் வரப் போவதை தன் ஜோதிட ஞானத்தால் உணர்ந்து கொண்டார்.

பன்னிரண்டு ஆண்டுகளுக்கு மழை பெய்யப் போவதில்லை. பூமி வறண்டு, வெடித்து, பசியும் பஞ்சமும், பட்டினியுமாக தேசம் அவதிப்படப் போவதை எண்ணி இடைக்காடரின் மனது வருந்தியது. ஆனால் ஏதும் செய்வதற்கு இல்லை. விதியை மாற்ற முடியுமா என்ன? வருவதை எதிர் கொள்ளத் தயாரானார் இடைக்காடர்.

காடுகளில் எந்தக் காலத்திலும், எந்தச் சூழ்நிலையிலும் கிடைக்கக் கூடிய எருக்கஞ்செடிகள் புதராய் மண்டிக் கிடந் தன. இடைக்காடர் அப்போதிலிருந்தே தம் ஆடுகளை எருக்கிலை தின்னப் பழக்கினார். அதுமட்டுமல்லாமல், ஆண்டுகள் பன்னிரண்டு ஆனாலும், கெடாமல் இருக்கக் கூடிய குருவரகு என்னும், தானியத்தை களிமண்ணோடு கலக்கி, அம்மண்ணால் சுற்றிலும் சுவர்கள் வைத்து எழுப்பி குடிசையொன்றைக் கட்டிக் கொண்டார்.

இடைக்காடரின் ஜோதிடக் கணிப்பின்படி, கொடிய கரங் களோடு பஞ்சம் வந்தது. அதன் கோரப்பிடியில் மக்கள் பசி, பட்டினியால் மாண்டனர். மேய்வதற்கு புல், பூண்டு கூட இல்லாமல், ஆடு மாடுகள் மந்தை மந்தையாய் இறந்தன.

இடைக்காடர், முன் எச்சரிக்கையாக, தன் ஆடுகளுக்கு எருக்கிலை தின்னப் பழக்கியிருந்ததால், எருக்கிலை இந்த பஞ்ச காலத்திலும் மண்டிக் கிடந்ததால், இடைக்காடரின் ஆடுகள் மட்டும் தப்பி உயிர் பிழைத்தன. பஞ்சமில்லாமல் பால் தந்தன!

ஆனால் எருக்கிலை தின்பதால், அவற்றின் உடலில் அரிப்பு ஏற்பட்டு, அரிப்பை போக்கிக் கொள்ள, ஆடுகள் சுவற்றில் உராய்ந்து கொண்டன. அதனால் சுவர்களில் ஒட்டியிருந்த குறு வரகு தானியம் உதிர்ந்தது. இடைக்காடர் உதிர்ந்த தானியங் களை சேகரித்து ஆட்டுப் பாலில் காய்ச்சி உணவாக்கி உண்டு எந்தக் குறையுமின்றி ஆரோக்கியமாக இருந்தார்.

பஞ்சத்தைத் தோற்றுவித்த நவகிரக நாயகர்கள், இடைக்காடரின் இருப்பிடத்தைப் பார்த்து ஆச்சரியமடைந்தனர். அவரும், அவருடைய ஆடுகளும் ஆரோக்கியமாக, நலமாக உயிர் வாழ்வதின் ரகசியம் அறிய, விண்ணிலிருந்து இடைக்காடரின் வீட்டுக்கு இறங்கி வந்தனர்.

வாசலுக்கு வந்த நவகிரகங்களை, மன மகிழ்ச்சியுடன் வரவேற்றார் இடைக்காடர்.

'விண்ணுலக தேவர்களே, நவகிரக நாயகர்களே, இந்த ஏழையின் குடிசைக்கு வருகை தந்த தங்களை வணங்குகிறேன். வாருங்கள்! அமருங்கள். இந்த மேய்ப்பன் வீட்டில் தங்களை உபசரிக்க, ஆட்டுப் பாலும், குறுதானியம் தவிர வேறில்லை. தயவு செய்து மறுக்காமல், இந்த எளியவனின் நைவேத்தியமாக இதை ஏற்றுக் கொள்ள வேண்டும்!'

இடைக்காடர், ஆட்டுப் பாலில் தானியத்தைக் காய்ச்சி, பருகத் தந்தார். அந்த மகாசித்தனின் உபசரிப்பை மறுக்க மனமின்றி, வாங்கிப் பருகினார்கள் நவகிரக நாயகர்கள். எருக்கிலையின் சத்து நிறைந்த ஆட்டுப் பால் என்பதால், அவர்களுக்கு மயக்கம் வந்து சரிந்தார்கள்.

இடைக்காடர் இதை எதிர் பார்த்துதான் இருந்தார். பஞ்சத்தில் மக்கள் படும் துன்பம் சகிக்க முடியாததாக இருந்தது. இதனால் மிகவும் மனம் நொந்திருந்த இடைக்காடர், இப்போது நவகிரகங்கள் மயங்கிக் கிடந்த நிலையை மக்களுக்கு நன்மை செய்யும் விதமாக மாற்ற முடிவெடுத்தார்.

நவகிரகங்கள் எந்தெந்த திசையில் இருந்தால் வானம் பொழிந்து பூமி செழிக்குமோ, அந்த நிலையில் அவர்களை மாற்றிப் படுக்க வைத்தார்.

வானம் இருண்டது, கருத்த மேகங்கள் சூல் கொண்டு ஓடோடி வந்தன. குளிர்ந்தன, அமுதமாய் மழை பெய்தன. வறண்டு கிடந்த பூமி தாகம் தீர்ந்தது, ஆறு, குளம், ஏரிகள் நிரம்பித் தளும்பின.

நவகிரக நாயகர்கள் விழித்தெழுந்தனர். நடந்ததை அறிந்து கொண்டனர். மக்கள் மீது அன்பு கொண்டு, ஜாலம் நிகழ்த்திய மகா சித்தன் இடைக்காடரை வாழ்த்தி ஆசி கூறி விண்ணுலகம் சென்றனர்.

இடைக்காடரின் இச்செயலால், எங்கும் அவர் புகழ் பரவியது. ஞானியரும், துறவியரும் கூட அவரை வந்து தரிசித்துச் சென்றனர். இடைக்காடரை தரிசிக்கவும், அவரிடம் உபதேசம் பெறவும் மக்கள் எங்கிருந்து எல்லாமோ வந்து குவிந்தனர்.

இடைக்காடர், மக்களை குருவின் சொற்படி, பக்தி மார்க்கத்தில் கொண்டு செல்லவே உபதேசித்தார்.

ஒரு முறை திருமாலை வழிபடும் பக்தர்களுக்கு சந்தேகம் ஒன்று எழுந்தது. விஷ்ணு எடுத்த பத்து அவதாரங்களில், எந்தெந்த அவதாரத்தை வழிபட்டால், பலன் விரைவில் கிட்டும் என்பதுதான் அந்த சந்தேகம், இடைக்காட்டு சித்தரிடம் வந்து கேட்டார்கள்.

'ஏழை, இடையன், இளிச்சவாயன்' என்று நறுக்குத் தெறித்தது போல் சொல்லி விட்டுப் போனார் இடைக்காடர்.

கேட்டவர்களுக்கு ஒன்றும் புரியவில்லை.

இடையன் என்றால், கிருஷ்ணன், இளிச்சவாயன் என்றால் நரசிம்மன். ஏழை என்றால், அயோத்தி அரசனின் மகனாகப் பிறந்தும், காட்டில் திரிந்து ஏழையாகவே வாழ்ந்தாரே அந்த ராமபிரான்தான் என்று பிறகு புரிந்து கொண்டார்கள்.

இடைக்காடர், கடைசி காலம் வரை மக்களின் அறியாமை யைப் போக்கி, அவர்களை நல்வழிப்படுத்துவதற்காகவே பணியாற்றினார்.

இவர் இறுதியாக திருவிடைமருதூரில் சமாதிநிலை அடைந்தார்.

5. அரசனின் உடலில் ஆண்டியின் உயிர்

பாம்பாட்டிச் சித்தர்

அதோ அடர்ந்த காட்டுக்குள் ஆளுயரப் புற்றுக்குள் பாம்புகளைத் தேடித் தேடிக் கொன்று தோலை உரித்துக் கொண்டிருக் கிறானே ஒரு பாம்புப் பிடாரன், அவன் சீக்கிரத்திலேயே நாட்டின் ராஜாவாகப் போகி றான் என்றால் யாராவது நம்புவார்களா? வாழ்க்கை அப்படித்தான் !

அன்றைய தினத்துக்கான வேலை முடிந்ததும் காட்டிலிருந்து வெளிப்பட்டு வீட்டுக்கு திரும்பி வந்தான் பாம்பாட்டி.

மிகுந்த தைரியசாலி. இவன் இனத்தவர்களே பிடிக்கப் பயப்படும் பாம்புகளைக் கூட, இரண்டு விரலால் நெறித்துத் தூக்கிக்கொண்டு வந்துவிடும் வீரன். அதனாலேயே மருத்து வர்கள் மத்தியில் பிரசித்தமானவன். இப் போதும்கூட சில மருத்துவர்கள் வாசலில் இவனுக்கெனவே காத்திருந்தார்கள்.

'சொல்லுங்கள் மருத்துவர்களே! என்ன வேண்டும் உங்களுக்கு?' என்றான் இளைஞன்.

'பிடாரனே! காட்டுக்குள் நவரத்தின நாகம் என்று ஒரு நாகம் இருக்கிறது. நிலவு வெளிச்சத்தில் நவரத்தினம் போல ஜொலிக்கும். அந்தப் பாம்பின் தலையில் மாணிக்கக் கல் இருக்கும். இரவில் அது இரை தேடப் போகும்போது, அந்த மாணிக்கக் கல்லை உமிழ்ந்து அதன் ஒளியில்தான் இரை தேடும்.'

'ஓ! அந்த மாணிக்கக் கல் வேண்டுமா உங்களுக்கு?'

'உயிருடன் அந்தப் பாம்பும் வேண்டும். அதன் நஞ்சு, புற்று நோய் போன்ற அதி பயங்கர வியாதிகளுக்கு மருந்து தயாரிக்க அவசியம் தேவை. அதை மட்டும் நீ பிடித்துத் தந்தால், நீ கேட்கும் பொன் தருகிறோம். அது மட்டுமல்ல, மாணிக்கக் கல்லுக்கும் தனியாக விலை தருகிறோம்!' என்றனர்.

பாம்பாட்டி இளைஞன் அதிக உற்சாகத்துடன் கிளம்பினான். காட்டுக்குள் தென்பட்ட அத்தனை புற்றுகளையும் இடித்துத் தள்ளி நவரத்தின பாம்பைத் தேடினான். இன்றைய தினம் நவரத்தின பாம்பைக் கண்டுபிடிக்காமல் செல்வதில்லை என வைராக்கியம் கொண்டான். அங்குலம் அங்குலமாய் அலசினான். அப்படி அவன் தீவிர வேட்டையில் இருந்த போது, யாரோ சிரிக்கும் சத்தம் கேட்டது.

அந்தச் சிரிப்பு காடெங்கும் எதிரொலித்தது.

பாம்பாட்டி இளைஞன் கூர்மையானான்.

'யார்? யார் இங்கே சிரிப்பது? யட்சனா, தேவனா, எல்லைச் சாமியா? யாராய் இருந்தாலும் என் எதிரே வாருங்கள்!' என்று சீறினான்.

'இதோ உன் ஆணைப்படியே வந்துவிட்டேன் அப்பா!' என்று கேலியாகக் கூறியபடி வந்து நின்றார் ஒரு சித்தர்.

அடர்ந்த தாடியும், ஜடா முடியுமாக அருள் வழியும் கண்களுடன் தேஜஸாகக் காணப்பட்டார்.

'யார் நீங்கள்? எதற்காகச் சிரித்தீர்கள்?' கோபத்துடன் கேட்டான் இளைஞன்.

'எதைத் தேடவேண்டுமோ அதை விட்டுவிட்டு, தேவை யற்றவைகளைத் தேடி நாள்களை வீணடித்துக் கொண்டு இருக்கிறாயே, அதை எண்ணிச் சிரித்தேன். மாணிக்க நாகம், நவரத்தின நாகம் என்று ஏதேதோ பாம்புகளைத் தேடித் திரிகிறாயே! உனக்குள்ளேயே இருக்கும் பாம்பை, நீ எப் போது இனம் கண்டுகொள்ளப் போகிறாய் பாம்பாட்டியே?'

'எனக்குள் பாம்பு இருக்கிறதா? என்ன சொல்கிறீர்கள்? விளக்கமாகச் சொல்லுங்கள். எனக்குப் புரியவில்லை!' குழப்பமாகக் கேட்டான் பாம்பாட்டி இளைஞன்.

'உனக்கு மட்டுமில்லை. உலகில் நிறைய மனிதர்களுக்கு இது புரியத்தான் இல்லை. சொல்கிறேன், கேள் இளைஞனே! உனது உடம்பில், உல்லாசமான, சொகுசான பாம்பு ஒன்று இருக்கிறது. அதை அடக்கித் தன் போக்கில் ஆட்டுவிப்பவன் தான் அறிவாளி, ஞானி! அதன் போக்கிலேயே செல்பவன் மூடன். முதலில் உன் உடம்புக்குள் இருக்கும் பாம்பைக் கண்டுபிடி. அதை ஆட்டுவிக்கப் பழகு!'

மந்திரம் போல் ஒலித்த, சித்தரின் போதனை வார்த்தைகள் பாம்பாட்டி இளைஞனின் மனத்தைப் பிசைய, அவன் சித்தரின் காலடியில் மண்டியிட்டான்.

'பாம்புகளைத் தேடுவதையே வாழ்க்கையாக நடத்தி வந்த நான், இதுவரை எனக்குள் பாம்பு இருப்பதை அறிய முடிய வில்லை. வேறு யாரும் எனக்குச் சொல்லவும் இல்லை. நீங்களாவது அது பற்றி விளக்கிச் சொல்லுங்கள் ஸ்வாமி!' என்று தழுதழுத்தான்.

சித்தர் அவனைக் கனிவோடு பார்த்தார்.

'இளைஞனே, நீ மாயையில் இருக்கிறாய். உன்னையே யாரென்று உணராமல் இருக்கிறாய். அது நீங்கும் காலம் வந்துவிட்டது. இனி சொல்கிறேன், கேள். ஆண்டவன்

படைப்பில் அற்புதமானது நமது மனித உடல். இதற்குள் அற்புதமான பாம்பு ஒன்று பத்திரமாய் சுருண்டு படுத்திருக் கிறது. அதன் பெயர் குண்டலினி. சிவத்தின் மேல் சித்தத்தை வைத்து, சுவாசத்தை ஒடுக்கினால் சீறியெழும் அந்தப் பாம்பு அழகாக நம் வசப்படும். நினைத்தபடி அதை ஆட்டிவைத் தால், அவரவர் ஆத்ம தரிசனம் அறிந்துகொள்ள முடியும். ஆனந்தம் கிடைக்கும். தியானத்தின் மூலம் இறுதியாக இறைவனையே உடலுக்குள் குடியேற்றிக் கொள்ளலாம்' என்று சொல்லி முடித்தார்.

'சாப விமோசனம் தந்தது போல், சரீர ரகசியத்தைச் சொன்ன மகா சித்தரே! தாங்களே என் குருதேவர். இனி நீங்கள் சொன்னவழியே நடப்பேன். இது சத்தியம். எனக்கு ஆசி வழங்குங்கள்!' என சித்தரைப் பணிந்தான் பிடாரன்.

பாதம் பணிந்தவனை பற்றித் தூக்கினார் சித்தர். மேலும் பலவற்றை அவனுக்கு உபதேசித்தார். ஞானம் அளித்தார். மாயமானார்.

பாம்பாட்டி இளைஞன் அந்த நொடியே குருநாதர் உபதேசப் படி, மரத்தடி ஒன்றில் அமர்ந்து தியானம் செய்யத் தொடங்கினான்.

மனத்துக்குள் மூழ்கினான். தேடினான். குண்டலினி என்னும் பாம்பைக் கண்டுகொண்டான். கைப்பற்றினான். வசப்படுத் தினான். அது உச்சந்தலையில் ஏறி நின்று ஆட, ஒளி வெள்ளத் தில் மூழ்கித் தாண்டவமாடினான். 'அடடா! ஆனந்தப் பர வசம்! இத்தனை காலம் இதை அனுபவிக்காமல் போனோமே!'

பாம்பாட்டி இளைஞன் அந்தக் கணம் சித்தனானான்.

ஒருநாள் காட்டுக்குள் வேடர்கள் சிலர் அவரை எதிர்கொண்டனர். அதில் ஒருவன் மிகுந்த நோயுற்றிருந்தான்.

'என்ன ஆயிற்று இவருக்கு?' வேடர்களிடம் கேட்டார் சித்தர்.

'சாமி. இவர்தான் எங்க தலைவரு சாமி. காட்டுக்குள்ள வேட்டைக்கு வந்தோம். நாலுநாளா இங்கதான் சுத்திக்கிட்டு இருக்கோம். திடீர்னு இவருக்கு முடியாம ஆயிடுச்சு. உடம்பு அனலாக் கொதிக்குதுங்க. பினாத்தறாரு சாமி. நீங்கதான் காப்பாத்தணும்!' என்றார்கள் வேடர்கள்.

சித்தர் அவரைப் பரிசோதித்தார். அங்கங்கே தேடி சில மூலிகைகளைப் பறித்தார். சாறு பிழிந்து புகட்டினார். நான்கு நாழிகைக்குள் நோய் குணமானான் வேடர் தலைவன்.

வேடர்களுக்கு அளவில்லாத சந்தோஷம்.

'சாமி, உங்க பேரு என்ன சாமி?' என்று கேட்டான் தலைவன்.

சித்தர் ஒரு நொடி யோசித்தார். தனக்குள்ளேயே சிரித்துக் கொண்டார்.

'காட்டுக்குள்ளும் சரி, உடலாகிய இந்த வீட்டுக்குள்ளும் சரி. பாம்பைத் தேடியே திரிந்த பிடாரன் நான். என் பெயர் பாம்பாட்டிச் சித்தன் என்றே வைத்துக் கொள்ளுங்கள்!' என்றார்.

காட்டை விட்டு நாட்டுக்குள் வந்தார் பாம்பாட்டிச் சித்தர். இடம் விட்டு இடம், நாடு விட்டு நாடு என்று தேச சஞ்சாரம் செய்தபடி இருந்தார் பாம்பாட்டிச் சித்தர்.

ஒருநாள் அப்படி வானவெளியில் சஞ்சரித்தபடி வந்து கொண்டிருந்தபோது, யாரோ துயரத்துடன் அழுகின்ற சத்தம் அவர் காதுகளில் கேட்டது.

அந்நாட்டு மன்னன் இறந்து போயிருந்தான். அவன் மனைவியும் உறவினர்களும் சுற்றி அமர்ந்து அழுது கொண்டு இருந்தனர். இத்தனைக்கும் அந்த அரசன் ஒரு கொடுங் கோலன். செத்த பிணத்தைச் சுற்றி, சாகப் போகும் பிணங்கள் ஒப்பாரியிடுகின்றனவே என்று பரிதாபம் கொண்டார் பாம்பாட்டிச் சித்தர்.

சிறு நாடகம் ஒன்று நடத்தத் தீர்மானித்தார். பத்திரமான இடமொன்றில் தன் உடலை தனியே வைத்துவிட்டு, இறந்து போன பாம்பு ஒன்றை எடுத்துக்கொண்டு வந்து அரசரைச் சுற்றி அழுது கொண்டிருந்தவர்கள் மத்தியில் தூக்கி வீசியெறிந்தார்.

'பாம்பு, பாம்பு!' என்று பதறி ஓடினார்கள் அனைவரும். அரசி மட்டும் தன்னைச் சுற்றி நடப்பது ஏதும் அறியாமல், அழுகையுடன் கணவன் பாதமே கதியாக அமர்ந்திருந்தாள்.

செத்துக்கிடந்த மன்னனின் உடலில், தன் உயிரைச் செலுத்தி, கூடுவிட்டுக் கூடு பாய்ந்தார் சித்தர். அரசனின் உடல் அசைந்தது.

பாதம் பற்றிக் கொண்டிருந்த பதிவிரதையான அரசி, பரவசத்துடன் பார்த்தாள்.

'மன்னர் சாகவில்லை! மன்னர் சாகவில்லை! என் மாங்கல்யம் பிழைத்தது! இறைவா! உனக்கு மிக்க நன்றி!' சந்தோஷக் கூக்குரலிட்டாள் அரசி.

மந்திரிகளும் மற்றவர்களும் நம்ப முடியாமல் வியந்து நோக்கினர்.

அரசர் அனைவரையும் பார்த்து வாய்விட்டுச் சிரித்தார். கீழே விழுந்து கிடக்கும் செத்த பாம்பைப் பார்த்தவர்...

'நானே உயிர்த்தெழுந்து விட்டேன். நீ ஏன் படுத்திருக்கிறாய்? என் கொடுமையான குணங்களை விடவா உன் விஷம் கொடியது. எழுந்திரு பாம்பே, எழுந்திரு!' என்றார்.

பாம்பு நெளிந்தது. படக்கென்று எழுந்தது. சுற்றுமுற்றும் பார்த்துவிட்டு பரபரவென்று வளைந்து வளைந்து ஊர்ந்து வெளியேற முயற்சி செய்தது.

'அட, நாகமே! இரு, இரு. என்ன அவசரம்? செத்துப் பிழைத்த பின்னுமா உனக்குச் சபலம் போகவில்லை? உன் மனைவி,

குழந்தைகள் நினைப்பு வந்துவிட்டதா? வேண்டாம், மீண்டும் ஆசாபாசங்களில் சிக்கிச் சீரழியாதே!' என்றார்.

தெளிந்து தெளிந்து தெளிந்து ஆடு பாம்பே சிவன்
சீர் பாதம் கண்டு தெளிந்து ஆடு பாம்பே!
ஆடு பாம்பே! தெளிந்து ஆடு பாம்பே! சிவன்
அடியினைக் கண்டோம் என்று ஆடு பாம்பே...

பாம்பாட்டிச் சித்தர் பாடப் பாட, பாம்பு படமெடுத்து ஆடியது. மகுடி நாதத்துக்கு கிறங்குவதுபோல் சித்தர் மேலும் பாடப்பாட மயங்கி, மயங்கி ஆடியது.

பாம்பாட்டிச் சித்தர் உபதேசங்களாகப் பாடிய, 'ஆடு பாம்பே' பாடல்களில் வெளிப்பட்ட தத்துவங்கள் அரசியைக் குழப்ப மடையச் செய்தது.

உத்தமியும், விவேகியுமான அரசி, மனத்தில் பொறி தட்டிய எண்ணத்தோடு அரசரிடம், 'சுவாமி! இப்படிக் கேட்பதற்கு என்னை மன்னியுங்கள். தாங்கள், எங்கள் அரசர்தானா அல்லது வேறொரு புண்ணிய புருஷரா?' என்று கேட்டாள்.

'அம்மா! நீயொரு புனிதவதி! அதனால்தான் புரிந்துகொண்டு விட்டாய். என் பெயர் பாம்பாட்டிச் சித்தன். உன் அழுகைக் குரல் கேட்டே நான் இங்கு வந்தேன். ஆறுதல் சொன்னால் அடங்காத உன் துயரத்தை, நிதர்சனம் சொல்லி நிறுத்தவே இப்படியொரு நாடகம் நடத்த வேண்டியதானது!' என்றார்.

கண்ணீருடன் கைகூப்பிய அரசி, 'அவலக் குரலுக்கு ஆறுதல் சொல்ல வந்த சித்தர் மகானே, நான் இனி செய்ய வேண்டியது என்ன? உபதேசித்து அருள் புரியுங்கள் ஸ்வாமி!' என்று வேண்டினாள்.

'அடங்காத முரட்டுக் குதிரையான மனத்தை, அறிவுக் கடிவாளமிட்டு அடக்கு. மற்றவர்களைச் சீறிக் கொத்த நினைக்கும் கோபத்தை நசுக்கிப் போடு. எப்போதும் சிவன் பாதத்தையே சித்தத்தில் வை! எல்லாமே தெளிவாகும்!' என்றார்.

அரசரின் இறுதிச் சடங்குகளை நடத்தி முடித்த அரசி, சித்தர் வாக்குப்படியே நாடாண்டு முக்தி பெற்றாள்.

பாம்பாட்டிச் சித்தர் அரசர் உடலில் இருந்து பாடிய பாடல்கள், மக்களிடம் வாய்மொழியாகவே பரவி, நிலைத்தது. 'சித்தர் ஆரூடம் என்னும் சோதிட நூலும், மேலும் சில வைத்திய நூல்களும் எழுதிய பாம்பாட்டிச் சித்தர், விருத்தாசலத்தில் முக்தியடைந்ததாகச் சிலரும், துவாரகையில் முக்தி பெற்றதாக ஒரு நூலிலும் குறிப்புகள் உள்ளன. ஆனால், இவற்றை மறுப்பவர்கள் மருதமலையில் அவர் சமாதிநிலை அடைந்த தாகச் சொல்கிறார்கள். இதற்கு ஆதாரமாக மருதமலையில் அவர் தவம் செய்ததாக குகை ஒன்றைக் காட்டுகிறார்கள்.

பாம்பாட்டிச் சித்தர் பெயரால் சுனை ஒன்றும் அங்கு உள்ளது.

6. ஆளைக் கொல்லும் ஆட் கொல்லி பூதம்!

சிவவாக்கியர்

வலிக்க வலிக்கப் பிறக்கும் குழந்தை வாய் விட்டு அழும் என்பதைப் பார்த்திருக்கிறோம். சிரிக்கச் சிரிக்க சிவநாமத்தைச் சொல்லியபடி பிறந்தது என்றால் நம்ப முடிகிறதா? ஆச்சரியப் படாதீர்கள்!

சித்தர்களில் தலைசிறந்தவரான சிவவாக்கியர் அப்படித்தான் பிறந்தார்!

பிறக்கும்போதே 'சிவ சிவ' என்னும் திரு நாமத்தைச் சொல்லியபடி பிறந்ததாலேயே சிவவாக்கியர் என்று அழைக்கப்பட்டார் இவர்.

எளிய குடும்பத்தில் பிறந்தவர் சிவவாக்கியர். படிப்பும், ஆன்மிகச் சிந்தனையுமாக அலைந்த சிவவாக்கியர், பெரும்பாலும் கோவில் களிலேயே நாட்களைக் கழித்தார். வீட்டில் தங்கியிருந்த காலங்களை விட, கண்ணில் பட்ட துறவிகளோடும், சந்நியாசிகளோடும் திரிவதே அவர் வாழ்க்கையாகிப் போனது.

அவர்களிடம் உபதேசங்கள் கேட்டார். தத்துவ விளக்கங்கள் விசாரித்தார். எதுவும்... எதுவும் அவருக்கு திருப்தியளிக்க வில்லை, முழுமை கிடைக்கவில்லை. மனத்தில் நிறைவு பெறாமல் தவித்தார், ஒரு குருவுக்காக ஏங்கினார்.

சிவவாக்கியருக்கு ஞானம் அளிக்க வேண்டிய குருவும் அவ்வாறே ஏங்கிக் கொண்டிருந்தார். தனக்கான எதிர்பார்த்து நாட்களை எண்ணிக் கொண்டிருந்தார்.

அவர் காசியில் இருந்தார். காசியின் தெருவோரம் ஒன்றில் செருப்பு தைக்கும் தொழிலாளியாக இருந்த, அந்தப் பெயர் தெரியாத சித்த புருஷரை சிலர் புரிந்து கொண்டு போற்றினர். பலர் புரியாமலே பித்தன் எனத் தூற்றினர். ஆனால் இவர்கள் எவரைப் பற்றியும் அவர் கவலை கொள்ளவில்லை. அவருடைய கவலை எல்லாம் தன்னைத் தேடி வரவேண்டி யவன் இன்னும் வந்து சேரவில்லையே என்பதிலேயே இருந்தது.

இருவரையும் ஒன்று சேர்க்கும் காலம் விரைவாகவே வந்தது. ஊர் ஊராக தேடலோடு தேச சஞ்சாரம் செய்து வந்த சிவவாக்கியர் கடைசியாக காசி வந்து சேர்ந்தார். காசி வந்த சில மணி நேரங்களிலேயே செருப்பு தைக்கும் சித்தரைப் பற்றிய சேதிகள் சிவவாக்கியரின் செவிகளில் தானாகவே வந்து சேர்ந்தன. அவரது மனத்துக்குள் ஏதோ பொறி தட்டியது. தனக்கு ஞானம் அளிக்கப் போகிறவர் இவர்தான் என்று இதயம் சேதி சொல்லியது.

சிவவாக்கியர் காலம் தாழ்த்தாமல் அவரைக் காண ஓடோடிச் சென்றார். கண்டார். கால்களில் விழுந்தார். 'பெருமானே... என்னை ஆட்கொள்ள வேண்டும்' என்று தழுதழுத்தார்.

காசி புருஷர், தன் கால்களில் விழுந்த சிவவாக்கியரைத் தூக்கி நிறுத்தி எதிரில் இருந்த பலகையில் அமர வைத்தார்.

'சிவவாக்கியா, நீ எனக்கு ஒரு காரியம் செய்ய வேண்டும்'

'சொல்லுங்கள் ஸ்வாமி'

'செருப்பு தைத்த கூலிக்காசுகள் கொஞ்சம் என்னிடம் இருக்
கிறது.இதைக் கொண்டு போய் என் தங்கையான கங்கையிடம்
கொடுத்து விட்டு, அத்துடன் இதோ இந்த பேய்ச் சுரைக்
காயைக் கசப்பு போக கழுவிக் கொண்டு வா!' என்று புன்னகை
புரிந்தார்.

'இந்த செருப்பு தைப்பவனுக்குப் போய் கங்காதேவி
தங்கையா? பேய்ச் சுரைக்காயின் கசப்பைப் போய் நீக்குவதா?
சரியான பைத்தியக்காரத்தனமாய் இருக்கிறதே' என்று சராசரி
மனிதனுக்குத் தோன்றும் நினைப்பெல்லாம் ஏதுமில்லை
சிவவாக்கியருக்கு. குருநாதர் சொல்கிறார்.அதை, தான்
செயலாற்ற வேண்டும். அவ்வளவுதான்! சிவவாக்கியர்
மறுப்பேதும் சொல்லாமல் காசையும், பேய்ச் சுரைக்காயையும்
பெற்றுக் கொண்டு புறப்பட்டார்.

கங்கை ஆற்றை அடைந்தார். காசை அதில் போடப்
போனபோது, வளையல் அணிந்த அழகிய கை ஒன்று
நீருக்குள்ளிருந்து வெளிப்பட்டு, காசுகளை வாங்கிக் கொண்டு
மூழ்கியது. சிவவாக்கியர் ஆச்சரியப்படவில்லை. பயப்பட
வில்லை. காரியமே கண்ணாய் அடுத்தபடியாக பேய்ச்
சுரைக்காயை தண்ணீரில் கழுவிக் கொண்டு காசி மகானிடம்
வந்து நின்றார்.

'வந்து விட்டாயா சிவவாக்கியா! நல்லது...நல்லது.. நீ என்
தங்கையிடம் அளித்த காசு மீண்டும் எனக்கு தேவைப்
படுகிறது. இதோ இந்த தோல்பையினுள் தண்ணீர் இருக்கிறது.
நீ அங்கே கங்கையிடம் கொடுத்த காசை, இதிலிருந்தே கேட்டு
வாங்கித் தா!' என்றபடி செருப்பு தைக்க பக்கத்தில்
வைத்திருக்கும் தண்ணீர் நிரம்பிய தோல்பையை எடுத்து
நீட்டினார்.

சிவவாக்கியரிடம் எந்தச் சலனமும் இல்லை.குரு
சொன்னவாறே தோல்பை தண்ணீரிடம் காசு கேட்க, அதே
வளையல் கை மீண்டும் தண்ணீருக்குள்ளிருந்து எழும்பி
காசுகளைத் தந்து விட்டு மறைந்தது.

இதைக் கண்ட காசி புருஷர் 'சிவவாக்கியா என்னிடம் ஏதும் கேட்க வேண்டியுள்ளதா?' எனக் குறும்பாகக் கேட்டார்

'எதுவும் இல்லை ஸ்வாமி' என்றபடி குருவிடம் சுரைக்காயை நீட்டினார்.

'நல்லது சிவவாக்கியா மிக நல்லது!' ஆனந்தமடைந்தார் குரு.

'எந்தச் சந்தேகமும் இல்லாதவன்தான் ஞானி. நீ அந்த பக்குவம் பெற்று விட்டாய்.என் மாணவனாவதற்கு நீ மிகச் சிறந்தவன். வா!...உனக்கு மந்திர உபதேசம் செய்கிறேன்!'

சிவவாக்கியர் பணிவுடன் வாய் பொத்தி நிற்க, அவருக்கு மந்திர உபதேசமளித்த மகான் 'சிவவாக்கியா, இப்போது நீ ஞானம் பெற்று விட்டாலும் இன்னும் சிறிது காலம், நீ இல்லறத்திலேயே இரு' என்றவர் ஆழாக்கு மணலையும், பேய்ச் சுரைக்காயையும் சிவவாக்கியரிடம் கொடுத்தார்.

'இந்த மணலையும், பேய்ச் சுரைக்காயையும் கொண்டு எந்தப் பெண் உனக்கு சமைத்துத் தர ஒப்புக் கொள்கிறாளோ, அவளைத் திருமணம் செய்து கொள்' என்று கட்டளை யிட்டார்.

காசி புருஷர் தந்த பொருட்களுடன் அவரை வணங்கிப் புறப்பட்டார் சிவவாக்கியர். ஊர் ஊராகச் சென்றார். மக்களைச் சந்தித்தார். அருளுரைகள் சொன்னார். அவ்வப்போது தவத்தில் ஈடுபட்டார்.

குருவின் மந்திர உபதேசம், சிவவாக்கியரை தவஞானம் அடைய வைத்தது. தான் அடைந்த ஆத்ம தத்துவத்தை சிவவாக்கியர் பாடல்கள் மூலம் வெளிப்படுத்தினார். கடவுள் சிந்தனையையும் புரட்சிகரமாக வெளிப்படுத்திய அருட்பெரி யார் சிவவாக்கியர்.

நட்டகல்லைத் தெய்வமென்று நாலுபுட்பஞ் சாத்தியே
சுற்றிவந்து மொணமொணன்று சொல்லுமந்திரம் ஏதடா
நட்டகல்லும் பேசுமோ நாதனுள் ளிருக்கையில்
சுட்ட சட்டி சட்டுவம் கறிச்சுவை அறியுமோ

71

'தெய்வம் உனக்குள்ளே இருக்கும்போது எதற்காக நீ நட்ட கல்லைச் சுற்றுகிறாய். பூக்களை அதற்குச் சாற்றுகிறாய். மொணமொணவென்று மந்திரங்களைச் சொல்லுகிறாய். நட்ட கல் எங்காவது பேசுமா? சமைத்த சட்டிக்கும், எடுத்த சட்டுவத்துக்கும் கறியின் ருசி எங்காவது தெரியுமா?' என்று கேட்கிறார். இவர் சாதி பேதத்தையும் கடுமையாகச் சாடியிருக்கிறார்.

அவருக்கு அடுத்து ஒரு கடமையிருந்தது. குருநாதர் கட்டளைப் படி திருமணம் செய்து குடும்பம் நடத்த வேண்டும். ஊர் ஊராகச் சென்று, பெண்கள் கூடும் இடமெல்லாம் நின்று கேட்டுப் பார்த்தார்.

'மங்கையரே... இதோ இந்த மணலும், பேய்ச் சுரைக்காயும் கொண்டு சமையல் செய்து தரச் சித்தமாக யாராவது இருக்கிறீர்களா? அப்படி இதைச் சமைத்துத் தரும் எந்தப் பெண்ணையும் நான் திருமணம் செய்து கொள்வேன்' என்றார்.

இளமையும், அழகும் கொண்ட சிவவாக்கியரை மணம் செய்து கொள்ள அநேகம் பெண்கள் தயாராயிருந்தனர் என்றாலும், நிபந்தனைக்கு உட்பட யாரும் தயாராயில்லை.

ஒரு நாள் நகரத்திலிருந்து வேறொரு இடத்துக்கு புறப்பட்ட போது, வழியில் ஒரு காட்டுப்பகுதியைக் கடக்க வேண்டி இருந்தது. அது குறவர்கள் வசிக்கும் பகுதி. அங்கு ஒரு குடிசையின் வாசலில் அழகிய கன்னிப் பெண் ஒருத்தி உட்கார்ந்திருந்தாள்.

சிவவாக்கியர் ஏதோ உள்ளுணர்வால் தூண்டப்பட்டு அவளை நோக்கிச் செல்ல, அந்தக் குறமகள் எழுந்து சிவவாக்கியரை வணங்கி நின்றாள். அமரச் சொல்லி தண்ணீர் கொண்டு வந்து தந்தாள்.

'பெண்ணே...பசி காதை அடைக்கிறது. இதோ இந்தப் பொருட்களைக் கொண்டு எனக்கு உணவு சமைத்துத் தருகிறாயா?' என்று மணலையும் பேய்ச் சுரைக்காயையும் நீட்டினார்.

குறமகள் அதிர்ச்சியோ, ஆச்சரியமோ அடையாமல் முனிவர்
சொன்னதற்கு மறுபேச்சின்றி அந்தப் பொருட்களைப் பெற்று
சமைக்கத் தொடங்கினாள்.

ஆஹா! என்ன அதிசயம்! அவள் உலையிலிட்ட மணல்
அருமையான சாதமாகவும், பேய்ச் சுரைக்காய், ருசி மிக்க
கறியாகவும் உணவாகியது.

'சுவாமி... உணவு தயாராகி விட்டது.சாப்பிட வாருங்கள்'
என்று சிவவாக்கியரை அன்போடு அழைத்து உணவு
பறிமாறினாள்.

'இவள்தான் நம் குருநாதர் சொன்ன பெண்' என்று உணர்ந்தபடி
சிவவாக்கியர் உணவு சாப்பிட்டுவிட்டு, அந்தப் பெண்ணின்
பெற்றோர் வரக் காத்திருந்தார்.

காட்டுக்குள் போயிருந்த அப்பெண்ணின் பெற்றோர்
வெட்டிய மூங்கில்களோடு வீட்டுக்குத் திரும்பினர். தங்கள்
குடிசைக்குள் சிவனடியார் ஒருவர் அமர்ந்திருப்பதைப் பார்த்து
திகைத்தனர். பயத்துடன் வணங்கினர்.

'குறப்பெரியோரே, தவம் செய்யும் எனக்குத் துணையாக ஒரு
பெண்ணைத் தேடினேன்.உயர்குலத்துப் பெண்கள் எல்லாம்
என் நிபந்தனையைக் கேட்டுக் கேலி செய்து சிரித்தார்கள்.
ஆனால் பொறுமையில் சிறந்தவளான தங்களின் மகளோ,
நான் சொன்னதை ஏற்று சிறுமறுப்பும் சொல்லாமல் செய்து
முடித்தாள். இவளே எனக்கு ஏற்றவள். அவளை நான்
மனைவியாக்கிக் கொள்ள விரும்புகிறேன். அவளை எனக்கு
திருமணம் செய்து கொடுப்பதும், மறுப்பதும் உங்கள்
விருப்பம்' என்றார்.

'சுவாமி நீங்கள் சொன்னது எங்களுக்கு அதிர்ச்சியாக
இருந்தாலும் மகிழ்ச்சியாகவும் உள்ளது. புண்ணிய சீலரான
உங்களுக்கு எங்கள் பெண்ணைக் கொடுப்பதில் எந்தத்
தடையும் இல்லை. ஆனால் எங்கள் குலவழக்கப்படி
திருமணத்துக்குப் பிறகு நீங்கள் எங்களுடனேயே தங்கிவிட
வேண்டும்' என்றார்கள்.

சிவவாக்கியர் உடனே ஒப்புக்கொண்டார். திருமணம் அங்கேயே அவர்கள் வழக்கப்படி நடந்தது. குறமக்கள் தாங்கள் தொழில் செய்யும் கருவிகளையே சிவவாக்கியருக்கு சீராக அளித்தார்கள்.

சிவவாக்கியரின் இல்லறத்தவம் துவங்கியது. சிவவாக்கியர் குற மக்களைப் போலவே மூங்கில் வெட்டவும், அதைப் பிளந்து கூடை முறம் தயாரிக்கவும் கற்றுக் கொண்டார்.

ஒருநாள் சிவவாக்கியர் காட்டிற்குச் சென்று மூங்கில் வெட்டிக்கொண்டிருந்தார். அப்போது ஒரு பருத்த மூங்கில் மரத்திலிருந்து, தங்கத் துகள்கள் தகதகவெனக் கொட்டுவதைக் கண்டார். அதிர்ந்தார். மனம் நொந்தார்.

'சிவ சிவ சிவனே! மனிதனை எமனுக்கு அருகில் அழைத்துப் போகும் தங்கம், பாசக்கயிறு போல் பளபளப்பாய் கொட்டுகிறதே. ஆட்டைக் காட்டி புலியைப் பிடிப்பதுபோல தங்கத்தைக் காட்டி, பேராசையில் என்னைக் கட்டிப் போட நினைக்கிறாயோ? முக்தி கேட்டால் புத்தி தடுமாறச் செய்யும் யுக்தி செய்கிறாயே!' என்று பாடி விட்டு ஓடிப் போய் தூரத்தில் நின்றார்.

அப்போது அங்கு வந்த நான்கு குற இளைஞர்கள் சிவவாக்கியரின் பதட்டத்தைப் பார்த்து விட்டு 'சுவாமி.. காட்டுக்குள் எதனைக் கண்டு பயந்து இப்படி ஓடி வருகிறீர்கள்?' என்று விசாரித்தனர்.

'அதோ தெரியும் மூங்கிலில் ஆட்கொல்லி பூதம் தெரிகிறது. அதற்குப் பயந்தே ஓடிவந்தேன்' என்றார்.

இளைஞர்கள் அவர் கை காட்டிய இடம் நோக்கிச் சென்றார்கள். மூங்கிலில் இருந்து தங்கத் துகள்கள் கொட்டிக்கொண்டு இருப்பதைக் கண்டார்கள்.

'தங்கம் வழிந்து கொட்டுகிறது. இதைப் போய் ஆட்கொல்லி பூதம் என்கிறாரே! சரியான பைத்தியம்தான் இவர்' என்று தங்களுக்குள் பேசிக்கொண்டு 'சித்தரே...இது ஆட்கொல்லி

தான். உம்மைக் கொன்று விடும். ஓடிப்போய் விடுங்கள்' என
சிவவாக்கியரை கிண்டல் செய்து விரட்ட, சிவவாக்கியர் 'ம்!
எல்லாம் சிவ சித்தம்!' என்றபடி வீடு திரும்பினார்.

நான்கு இளைஞர்களும், அங்கிருந்த தங்கத்தையெல்லாம்
சேகரித்து மூட்டைகளாகக் கட்டினார்கள். ஆனால் அதற்குள்
இருட்டிவிடவே இரவு அங்கேயே தங்கிவிட்டு, காலையில்
புறப்படுவது என முடிவு கட்டினார்கள்.

இரண்டு பேர் அங்கேயே மூட்டைகளைக் காவல் காக்க, மற்ற
இருவர் ஊருக்குள் சென்று அனைவருக்கும் உணவு வாங்கி
வரலாம் என்றபடி புறப்பட்டனர்.

ஊருக்குள் சென்ற இருவர் அங்கேயே உணவருந்தினர்.
அப்போது அவர்களுக்கு ஒரு யோசனை தோன்றியது. 'இருக்
கும் தங்கத்தை மற்ற இருவரோடு ஏன் பங்கிட வேண்டும்?
நாம் இருவர் மட்டுமே பிரித்துக் கொண்டால் இதன் மூலம்
வாழ்நாள் முழுவதும் சந்தோஷமாக வாழலாமே.' என்று
திட்டமிட்டனர். அதன்படி மற்ற இருவருக்கும் வாங்கிய
உணவில்   விஷத்தைக்   கலந்து,   எடுத்துக்   கொண்டு
கிளம்பினார்கள்.

காட்டுக்குள் வந்து காவலிருந்தவர்களிடம் உணவைக் கொடுத்
தனர். உணவை வாங்கிக் கொண்டவர்கள் அதைப் பிரித்த
படியே, 'எங்கள் இருவருக்கும் தாகமாக இருக்கிறது. எதிரில்
இருக்கும் கிணற்றிலிருந்து தண்ணீர் கொண்டு வாருங்கள்'
என்றனர்.

உணவை வாங்கி வந்தவர்கள், தண்ணீர் கொண்டு வருவதற்
காக கிணற்றை நெருங்க, மூட்டைக்கு காவலிருந்த இளைஞர்
கள் இருவரும் அவர்கள் பின்னாலேயே சென்று அவர்களின்
காலை வாரிவிட்டு கிணற்றுக்குள் தள்ளி விட்டனர். விழுந்த
இருவரும் அப்போதே இறந்தனர்.

அதன் பிறகு திரும்பிய இருவரும், 'இனி மொத்த தங்கமும்
தங்களுக்குத்தான்!' என்கிற சந்தோஷத்துடன் விஷம் கலந்த
உணவை உண்டு, பிணமானார்கள்.

75

மறுநாள் காலையில் காட்டுக்குள் வந்த சிவவாக்கியர் தரையிலும், கிணற்றிலுமாக நால்வரும் இறந்து கிடப்பதைப் பார்த்து வருந்தினார். 'ஆட்கொல்லி என்று சொல்லியும் கேளாமல் ஆசை வசப்பட்டு இப்படி அழிந்து போனார்களே' என்ற துக்கத்துடன் அங்கிருந்து விலகினார்.

ஒருமுறை சிவவாக்கியர் காட்டுக்குள் கீரை பிடுங்கிக் கொண்டு இருந்தார். அப்போது ஆகாயத்தில் கொங்கணர் என்பவர் போய்க் கொண்டிருந்தார். இந்தக் கொங்கணரும் ஒரு சித்தரே. ஆகாயமார்க்க கொங்கணரை, கீழிருந்த சிவவாக்கி யரின் தவஒளி கவர்ந்திழுத்தது. உடனே கொங்கணர் தரை யிறங்கி, சிவவாக்கியரை மார்போடு தழுவி மகிழ்ந்தார். பின் இருவரும் மனமகிழ்ச்சியோடு ஞானப்பேச்சில் மூழ்கினர்.

சிவவாக்கியரின் குணநலன்களும், மகா சித்துகளும் மிகவும் பிடித்துப் போக அதன் பிறகு கொங்கணர் அடிக்கடி சிவவாக்கியரின் குடிலுக்கு வரத் துவங்கினார். சிவவாக்கியர் சாதாரண குற மக்களைப் போலவே மூங்கில் பிளப்பதும் முறம் கூடை முடைவதும் கொங்கணரை ஆச்சரியப்படுத்த, அவர் சிவவாக்கியருக்கு ஏதாவது செய்ய வேண்டும் என்று நினைத்தார்.

ஒருநாள் சிவவாக்கியரைத் தேடி கொங்கணர் வந்தபோது, குடிசையில் சிவவாக்கியரின் மனைவி மட்டுமே இருந்தார். கொங்கணர் அவரிடம்...'அம்மா..வீட்டில் தேவைப்படாத இரும்புத் துண்டுகள் ஏதாவது இருந்தால் கொண்டு வா!' என்றார்.

சிவவாக்கியரின் மனைவியும் அவர் கேட்டபடியே கொண்டு வந்து கொடுக்க, கொங்கணர் அந்த இரும்புத் துண்டுகளை யெல்லாம் தங்கமாக மாற்றிக் கொடுத்து விட்டு மறைந்தார்.

நகரத்துக்குச் சென்று முறம், கூடைகளை விற்று வீடு திரும்பினார் சிவவாக்கியர். அவருடைய மனைவி கொங்கணர் வந்து சென்றதைச் சொல்லி, தங்கத் துண்டுகளை அவர் முன் கொண்டு வந்து வைத்தார்.

சிவவாக்கியர் அதைப் பார்த்ததுமே பதறினார். கொங்கணர் தம்மைச் சோதிக்கவோ அல்லது தன் மீதுள்ள அன்பினாலோ இதைச் செய்திருக்கிறார் என்று எண்ணினார். உடனே தன் மனையிடம் திரும்பி 'அன்புள்ள பெண்ணே! இந்தத் தங்கம் எப்போதும் ஆட்கொல்லிதான். இதை வைத்துக் கொள்ளாதே. இந்த நொடியே இதைக் கொண்டு போய் பாழும் கிணற்றில் போட்டு விட்டு வா!' என்று கட்டளையிட்டார்.

சித்தரின் மனைவியும் மறுபேச்சின்றி அதைக் கொண்டு போய் கிணற்றில் வீசி விட்டுத் திரும்பினார். சித்தருக்கு அப்போது ஒரு சின்ன சந்தேகம் எழுந்தது. ஒருவேளை தம் மனைவியின் விருப்பத்தின் காரணமாகவே இந்தத் தங்கம் உருவாக்கப் பட்டதோ என்று எண்ணினார். தோட்டத்துப் பக்கம் சென்றார். ஒரு பெரிய பாறையின் மீது எச்சில் உமிழ்ந்தார். பின் தன் மனைவியை அழைத்து 'இந்தப் பாறையின் மீது தண்ணீரைக் கொட்டிவிடு' என்றார்.

துணைவியார் தண்ணீர் கொண்டு வந்து அந்தக் கல்லின் மீது கொட்ட, அதிலிருந்து குபுகுபுவென பெரும் புகை கிளம்பியது. புகை மறைந்ததும் பாறை முழுவதும் தங்கமாக ஜொலித்தது.

சிவவாக்கியரின் மனைவியோ சிறிதும் சலனமின்றி அதைப் பார்த்திருக்க... 'பெண்ணே! கொங்கணர் கொடுத்தது சிறு துண்டுகள்தானே. இதோ இந்தத் தங்கப் பாறையிலிருந்து உனக்கு வேண்டிய அளவு தங்கத்தை வெட்டி எடுத்துக் கொள்' என்றார் சிவவாக்கியர்.

'சுவாமி தங்கள் மனைவியான எனக்கு, தங்கள் சொல்லே வேதம். எனக்கும் இது ஆட்கொல்லிதான். தங்கள் அன்பைத்தவிர இவ்வுலகில் வேறெதுவும் எனக்கு வேண்டாம்' என்று மறுத்துரைத்தாள்.

சிவவாக்கியர் மனம் மகிழ்ந்தார். மனைவி பக்குவப்பட்டவள் என்பதில் பரிபூரண திருப்தியடைந்தார்.

சிவவாக்கியரின் புகழ் எங்கும் பரவியது. புதிய சீடர்கள் தினம் தினம் வந்து கொண்டேயிருந்தனர்.

ஆனால் சிவவாக்கியரிடம் சேர்ந்த சீடர்களில் பெரும்பாலோர், அவரிடம் ஞான உபதேசம் பெறுவதை விட, தங்கம் செய்யும் ரஸவாத வித்தை கற்பதற்கே ஆலாய்ப் பறந்தனர். இவர்களைத் தவிர ஊர்ப் பெரிய மனிதர்களும் இதற்கெனவே இவரைச் சுற்றி வந்தனர்.

சிவவாக்கியரின் மனது துன்பத்தில் ஆழ்ந்தது.

'இறைவா! மக்கள் ஏன் இப்படி இருக்கிறார்கள்? இவர்கள் தூய்மையான மனம் கொண்டவர்களாக மாறவே மாட்டார் களா? எத்தனையெத்தனை கோயில்கள், உபதேசங்கள், எவ்வளவு ஞான நூல்கள் இத்தனை இருந்தும் படித்தும் கேட்டும் மக்கள் திருந்த மறுக்கிறார்களே. பாவ காரியங்களில் இருந்து விடுபடாமல் கிடக்கிறார்களே, இவர்களுக்கு நீ கருணை காட்டக்கூடாதா?' என்று வேண்டினார். இந்த இவரின் ஆதங்கங்களே பாடல்களாயின.

சிவவாக்கியரால் பாடப்பட்ட இப்பாடல்கள்; சிவவாக்கியம்; என்று அழைக்கப்படுகின்றன.

சிவவாக்கியரின் பாடல்களில் சிவ கீர்த்தனையுடன், ராம ஜெபமும் உண்டு. இதனாலேயே வைஷ்ணவம் பாடிய திருமழிசை ஆழ்வாரும், சிவவாக்கியரும் ஒருவரே என்று சொல்பவர்களும் உண்டு. ஆனால் சிவவாக்கியர் வேறு. திருமழிசை ஆழ்வார் வேறொருவரே.

சிவவாக்கியர் கும்பகோணத்தில் சித்தியடைந்ததாக சொல்லப் படுகிறது. கும்பகோணத்தில் பௌர்ணமி நாட்களில் இன்றும் அவர் சமாதி பூஜை நடைபெற்று வருகிறது.

7. தாடிக்குள்ளிருந்து தங்கக்காசுகள்!

உரோம ரிஷி

அந்த வீரன் பிசாசு போல் இயங்கினான்.

அவன் திரும்பிய திசையெல்லாம், எதிரிகளின் தலைகள், பனம்பழம் போல, உடலிலிருந்து தனியே பிரிந்து தரையில் உருண்டன.

எதிரிகள் மிரண்டு திகைத்தனர். யார் இவன்? நிச்சயம் தமிழ்நாட்டவன் இல்லை! வேறு தேசத்தவன்!

வெறி பிடித்த அரக்கன் போல், ரசித்து, ரசித்துக் கொல்லும் இவன்... மனிதன்தானா? இல்லை மிருகமா? அப்படியும்தான் இருந்தான்! கரடி போல் உடல் முழுவதும் உரோமம் மண்டி இருந்தது! பார்வைக்கு அதுவே பயம் கொடுத்தது!

அன்றைய வெற்றி, வீரன் பணி புரிந்த மன்னனுக்கே!

மன்னனின் தனியறைக்கே அழைத்து கௌரவிக்கப்பட்டான் அந்த வீரன்.

‘ரோமாபுரி வீரனே... உன்னைப் பாராட்டுகிறேன். உன் வீரம் போற்றுதலுக்குரியது! மகிழ்ச்சியுடன் அளிக்கிறேன், பெற்றுக் கொள்!’

பொன்னும், பொருளும், ஆபரணங்களும் அள்ளித் தந்தான் மன்னன். விருந்து உபசாரம் சிறப்பாக நடந்தது. ரோம வீரனுக்கு பிடித்தமான யவன மது, அளவில்லாமல் வழங்கப் பட்டது. திருப்தியுடன் கிளம்பினான் ‘ரோமசன்’ என்று அழைக்கப்பட்ட வீரன்.

அன்றைய காலத்தில் ரோமாபுரியிலிருந்து, நிறைய வீரர்கள், இப்படிக் கடல்கடந்து தமிழகம் வந்தனர். தேசம், தேசமாகப் பிரிந்து சென்று, மன்னர்களின் சபைகளில் தங்கள் வீரத்தை வெளிப்படுத்தி ஊதியத்துக்கு படைகளில் சேர்ந்தனர். விசுவாசமாக பணி புரிந்து, படைத் தளபதிகளாக,மன்னரின் மெய்க்காப்பாளர்களாக உயர்ந்திருந்தனர்.

ரோமசனும் அப்படி வந்தவன்தான். குறுகிய நாட்களிலேயே இந்தச் சிற்றரசனின் படைத்தளபதியாகி விட்டான்!

ரோமசன் மது மயக்கத்தின் உச்சத்தில் இருந்தான். அவன் குதிரைக்கும் அலுப்பு தீர கொள்ளுடன், கள் பறிமாறப்பட்ட தால் அதுவும் கிறக்கத்திலேயே நடந்தது. வெறியுடன் கனைத் தது! கால்களை உயர்த்திக் காற்றாகப் பறந்தது. கானகத்துக்குள் புகுந்தது.

ரோமசன் அந்தப் பயணத்தைக் கண்மூடி அனுபவித்தான்.

திடீரென்று ‘அம்மா’ என்று ஒரு சிறு குரலின் அலறல். ரோமசன் திடுக்கிட்டுக் கண் விழித்தான்.

குதிரையின் காலடியில் ஒரு சிறுமி! குதிரையின் குளம்புகள் மிதித்து, அந்தச் சிறுமியின் கால் ரத்தமாய் நைந்து போயிருந் தது. ரோமசன் பதறி இறங்கினான். சிறுமியை அள்ளித் தூக்கினான். அவள் மயக்கமடைந்து இருந்தாள். அதற்குள் குதிரை நிற்காமல் பறந்து போயிருந்தது.

'ஐயோ, நான் இப்போது என்ன செய்வேன்? இந்தச் சிறுமியை வைத்தியத்துக்கு எங்கு கொண்டு செல்வேன்? அய்யா இங்கு யாராவது இருக்கிறீர்களா?'

'அய்யோ... கானகத்தை விட்டு வெளியில் போக வழி தெரியவில்லையே... என் கைகளிலேயே இந்தக் குழந்தையின் உயிர் போய் விடும் போலிருக்கிறதே!'

ரோமசன் பரிதவித்தான். அப்போதுதான் ஒரு மரத்தடியில் அதைப் பார்த்தான். சிவலிங்கம்! இங்குள்ளோர் தெய்வமாக அதை வணங்குவதை இவன் பார்த்திருக்கிறான்.

ரோமசன் குழந்தையை சிவலிங்கத்தின் முன் கிடத்தினான்.

'கடவுளே! நான் வேறு நாட்டவன்தான். ஆனால் தெய்வங் களுக்குள் பேதமில்லை என்று கேள்விப்பட்டிருக்கிறேன். எங்கள் ஊரிலும் ஏராளமான தேவதைகள், தெய்வங்கள் இருக்கிறார்கள். நான் அவர்களைக் கூட வணங்கியதில்லை. இப்போது நான் உன்னை வணங்குகிறேன். மனதார நம்புகிறேன். தயவு செய்து இந்தக் குழந்தையைக் காப்பாற்று!'

ரோமசன் கண்மூடி பிரார்த்தனை செய்தான்.

அவன் மனத்துக்குள், மனதின் மனத்துக்குள், உள்ளுக்குள் சிவலிங்கம் விஸ்வரூபமெடுத்து நிறைந்தது. அதைத் தொடர்ந்து ஏதேதோ எண்ணங்கள், முற்பிறவி ஞாபகங்கள்!

அட! அதிலும் இவன் சிவலிங்கத்தின் எதிரில்தான் வழிபாடு நடத்திக் கொண்டிருந்தான். ஆனால், அதில் துறவிகளுக்குரிய தூய அடையுடன் இருந்தான். அதுவும் ஒரு கானகம்தான். இதே இடம்தான். கூடவே இன்னும் சில துறவிகளும் இருந்தார்கள்.

நினைவில் மூழ்கி, மூழ்கித் திணறினான் ரோமசன்.

'ரோமசா, எழுந்திரு!' குரல் கேட்டது.

ரோமசன் கண் விழித்தான். சுற்றிலும் பார்த்தான். யாரையும் காணவில்லை. ஐயோ! அந்தச் சிறுமியையும் காணோமே!

இவன் எதிரே சிவலிங்கத்தின் அடியில் ஒரு காக்கைதான் இருந்தது.

'யார்? யார் குரல் கொடுத்தது?'

'நான்தான் ரோமசா...'

'என்ன... காக்கையா பேசுவது?'

காக்கை நொடியில் உருமாறியது. ஒரு முனிவர் எதிரில் நின்றார்.

ரோமசன் திகைத்தான்! 'ரிஷியே... நீங்கள் யார்? அந்தச் சிறுமி எங்கே காணோம்?'

'இரு... இரு... பதறாதே! என்னை எல்லோரும் காகபுசுண்டர் என்று அழைப்பார்கள். சிறுமி வந்தது, அடிபட்டது எல்லாமே என் நாடகம்தான்! நீ, நீயாய் இருக்கிறாயா என்று அறிந்து கொள்ளவே இப்படிச் செய்தேன்!' என்றார்.

'எதற்காக இந்த நாடகம் ஞானியே?'

'நீ ஞானம் பெற வேண்டும் என்பதற்காகத்தான்! ரோமசா! நீ முன் பிறவியில் சிறந்த சிவபக்தன். சிவதரிசனம் பெறுவதற் காக கடும் தவத்தில் இறங்கிய நீ அது முற்றுப் பெறுவதற்கு முன்பாகவே, விதிப் பயனால் இறந்து விட்டாய். அந்த பூர்வ ஜென்ம புண்ணியம்தான் இப்போது உன்னை என்னிடம் கொண்டு வந்து சேர்த்திருக்கிறது. இன்று முதல் நீ என் சீடன்... வா... என் பின்னால்!' என்றார்.

ரோமசன் இதற்குப் பின்தான் உரோமரிஷி ஆனார்.

இவர் உடல் முழுவதும் ரோமம் மண்டியிருப்பதால், இது காரணப் பெயரும் ஆனது.

உரோமரிஷி, காகபுசுண்டரின் வழிகாட்டுதலில், யோக நெறிகள் கற்றார். தியானம் பயின்றார். புசுண்டரிடம் வைத் தியம், சோதிடம் முதலான சாஸ்திரங்கள் கற்றுத் தேர்ந்தார்.

கடைசியாக, கடும் தவம் இருந்து ஞானம் பெற்றார். தெய்வத் தன்மை அடைந்தார்.

ஒரு முறை கும்பகோணத்தை அடுத்த கூந்தலூரில் தங்கினார் உரோமரிஷி.

அச்சமயம், மக்கள் அங்கு பஞ்சத்தினால் தவித்தனர். உரோ மரிஷியிடம் வந்து சரணடைந்தனர்.

'ஸ்வாமி... பசியினால் குழந்தை குட்டிகளோடு தவிக்கிறோம். நீங்கள் தான் காப்பாற்ற வேண்டும். கருணை காட்டுங்கள்!' என்று காலடியில் விழுந்தனர்.

உரோமரிஷியின் உள்ளம் உருகியது. நீண்டு வளர்ந்திருந்த தன் தாடியை வருடினார். கையில் தங்கக்காசுகள் கொட்டியது. ஏழைகளுக்கு எடுத்துக் கொடுத்தார்...

அவ்வளவுதான். இதைக் கேள்விப்பட்ட மக்கள் கூட்டம் கூட்டமாக வந்து குவிந்தனர் உரோமரிஷியும், பூஜை நேரம் தவிர, மற்ற நேரமெல்லாம், தாடியை வருடி, பொன் அள்ளி எடுத்துத் தந்து கொண்டேயிருந்தார்.

சுலபமாய் பொன் கிடைத்ததால், மக்கள் உழைப்பை மறந்தனர். உரோமரிஷியின் பின்னாலேயே சுற்றி, பொன்னைப் பெற்று உல்லாசமாய் இருந்தனர்.

முக்காலமும் உணர்ந்த பெரும் ஞானியான காகபுசுண்டருக்கு, சீடரின் இந்தச் செயல் வருத்தத்தை அளித்தது! தாடியிலிருந்து பொன் வராதபடி உரோமரிஷியின் சித்தை முடக்கினார்.

ஒருநாள், பரிதாப நிலையில் உள்ள ஒரு விதவைப் பெண்மணி, தன் குழந்தைகளுடன் வறுமையைப் போக்க உதவுமாறு உரோமரிஷியிடம் வந்து வணங்கினாள்.

உரோமரிஷியும் வழக்கம்போல், மந்திரம் சொல்லி, தாடியை வருட, பொன் வரவில்லை. உரோமரிஷி மீண்டும், மீண்டும் முயற்சித்தார், தோல்வியடைந்தார்.

காரணம் அறிய கண்கள் மூடியபோது, இது குருநாதரின் செயல் என்று உணர்ந்தார்.

விதவைப் பெண்மணி ஏமாற்றத்துடன் எழுந்து போனாள்.

உரோமரிஷிக்கு வருத்தமாயிருந்தது. தராதரம் அறியாமல் கண்டவர்களுக்கும் உதவியதால், உண்மையாகக் கஷ்டப் படுபவர்களுக்கு உதவ முடியாமல் போனதே என்று கலங் கினார். கோபத்துடன் தன் தாடியை மழித்துப் போட்டு விட்டுக் கோயிலுக்குள் நுழைய முற்பட்டார்.

இதனால், விநாயகரும், முருகனும் ஆத்திரமடைந்தனர். உரோமரிஷியைக் கோயிலினுள் நுழைய விடாமல் வாசலி லேயே தடுத்து மறித்தனர்.

'நீராடாமல் கோயிலுக்குள் நுழையப் பார்க்கிறீர்களே... உங்களுக்கே வெட்கமாயில்லை. திரும்பிப் போங்கள்!' என்றார்கள்.

'ரிஷிகள் எந்த நிலையிலும் ஆண்டவன் தரிசனம் பெற அருகதையுள்ளவர்கள்! நீங்கள் சொல்லும் நீராட்ட விதிகள் எல்லாம் சாமான்ய மக்களுக்குத்தான்!' என்று சீறினார் உரோமரிஷி.

வாக்குவாதம் வளர்ந்தது!

ஆனால் பலனில்லை. உரோமரிஷியை உள்ளே விடமுடியாது என்று உறுதியாக இருந்தனர் முக்கண்ணன் புதல்வர்கள்.

உரோமரிஷி மனம் கலங்கினார்!

கோபுர வாசலிலேயே நின்று! 'கும்பேஸ்வரா, எனக்கு தரிசனம் தர மாட்டாயா?' என்று அலறினார். அரற்றினார். அழுதார்.

திடுமென்று பூதகணங்களின் மேளச் சத்தம் முழங்கியது. கோபுர வாசலில், கோயிலுக்கு வெளியே, ரிஷப வாகனத்தில் காட்சியளித்தார் சிவபெருமான்!

84

'உரோமரிஷியே... வருந்த வேண்டாம்! புறத்தூய்மையை விட அகத்தூய்மையே அத்தியாவசியமானது. உண்மையான உள்ளன்போடு, என்னை வழிபடும் பக்தர்கள், எனைத் தேடிவர அவசியமில்லை. யாமே அவர்களிடம் செல்வோம்! இதை உலகு உணரவே இந்தச் சம்பவம் நடந்தது!' என்றார்.

தகப்பனும், தமையர்களும் உரோமரிஷிக்கு அருள் ஆசி வழங்கி மறைந்தனர்.

உரோமரிஷி பின்னாளில் நிறைய நூல்கள் எழுதினார். இவரின் பாடல்கள் மிக அற்புதமானவை! அதில் உவமை நயங்களும், சிலேடைகளும் ரசிக்கும்படியானவை.

சோதி விளக்கம், நாகாரூடம், வகார சூத்திரம், சிங்கி வைப்பு, வைத்திய சூத்திரம், அமுதகலை ஞானம், குருநூல் - இப்படி ஏராளமான நூல்களை எழுதியுள்ள ரோமரிஷி திருவொற்றி யூர் கோயிலில் முக்தி அடைந்தார்.

8. தானாகத் திறந்த கதவுகள்

சட்டை முனி

கோயில் வாசலில் பிச்சைக்காரர்களோடு பிச்சைக்காரனாக, அமர்ந்திருந்தான் அந்த இளைஞன்!

உடல் கூசியது! யாரையும் நிமிர்ந்து பார்க்கவும் தைரியமில்லை! தன்முன் இருந்த பிச்சைப் பாத்திரத்தையே பார்த்தபடி அமர்ந்திருந்தான்.

இந்த பிச்சைத் தொழில் அவனுக்குப் பழக்க மில்லை! இன்றுதான் முதல் நாள். கூனிக் குறுகி வெட்கத்துடன் உட்கார்ந்திருந்தான்.

பக்கத்திலிருந்த ஒரு முதிய பிச்சைக்காரர் இவனையே பார்த்துக் கொண்டிருந்தார்.

'தம்பி... நீ இப்படியே தரை பார்த்து உட்கார்ந் திருந்தால், எதுவும் கிடைக்காது. வருபவர் களின் முகம் பார்த்து, வாய்விட்டுக் கேட்டால் தான் பிச்சை கிடைக்கும்!' என்றார்.

'எ... எனக்குப் பழக்கமில்லை பெரியவரே... கே... கேட்கவே வெட்கமாய் இருக்கிறது!'

‘நீ வசதியான குடும்பத்தில் பிறந்தவனோ?

‘இல்லையில்லை. நாங்கள் சாதாரணமானவர்கள்தான். பூர் வீகம் சிங்கள நாடு. என் தாய் ஆலய விழாக்களில் நடனமாடு பவர். தந்தை இசைக் கருவிகள் வாசிப்பவர். நான் பிறந்தபின், அந்த நாட்டை விட்டு, தமிழ் நாட்டுக்கு வந்து விட்டோம். இங்கு அவர்கள் விவசாயக் கூலிகளாக வேலை பார்த்தனர். வளர்ந்ததும் நான் விவசாயக் கூலியாகத்தான் இருந்தேன்.’

‘ஓ! இப்போதுதான் வானம் பொய்த்துப் போய் விவசாயத்துக்கே வழியில்லாமல் போய் விட்டதே!’

‘ஆம் ஐயா! தாயும், தந்தையும் மிக வயதானவர்கள். அவர்களுக்கு உடல்நிலை வேறு சரியில்லை. அவர்களால் பசி தாங்க முடியவில்லை. மூன்று நாள்களாக பட்டினி. எனவேதான் பிச்சையெடுக்க வந்து விட்டேன்!’

சொல்லி முடிக்கும்போதே அவன் கண்களிலிருந்து, கரகர வென கண்ணீர் வழிந்து ஓடியது.

பெரியவர் அவனை ஆறுதல்படுத்தினார்.

‘தம்பி! வருத்தப்படாதே! விதிப்பயன் என்னவோ அதுதான் நடக்கும். தாய் தந்தையரைக் காப்பாற்றுவதற்காக நீ செய்யும் இந்தக் காரியம் மிகவும் புண்ணியமானது. காலம் மாறும். நிலைமை சீர்படும். சிந்தனையை சிவன் மீது வைத்து கடமையைச் செய்!’ என்றார்.

இளைஞன் மனம் ஆறுதல் பெற்றான். யாசகம் பெற்று அதன் மூலம் பெற்றோர்களைக் காப்பாற்றினான். முதியவர் சொன்னதுபோலவே காலம் மாறியது.

மழை பொழிந்தது! நிலமெல்லாம் நனைந்தது. மீண்டும் விவசாயத்துக்கான வழி பிறந்தது. இளைஞன் உழைத்தான் வசதி நிலைக்கு உயர்ந்தான்.

நாள்தவறாமல் கோயில்களுக்குச் சென்றான். ஆண்டவனை வணங்கினான். வாசலுக்கு வந்து பிச்சைக்காரர்களுக்கு கை நிறைய அள்ளி யாசகம் வழங்கினான். இவனுக்கு ஆறுதல்

சொன்ன அந்த முதிய பிச்சைக்காரரைத்தான் காணவில்லை! அவருக்கு எதுவும் செய்ய முடியவில்லையே என்பதில் இளைஞனுக்கு வருத்தம்தான்!

இளைஞனின் பெற்றோர்கள், அவர்கள் விருப்பப்படி ஒரு நல்ல பெண்ணைப் பார்த்து இளைஞனுக்கு மணம் முடித்து வைத்தார்கள். நாள்கள் நல்லபடியாய் நகர்ந்து கொண்டு இருந்தன.

ஒருநாள், இளைஞனின் கனவில் அந்த முதிய பிச்சைக்காரர் வந்தார்.

'என்ன... பிச்சைக்காரா, சௌக்கியமா?' என்றார் கேலியாக!

'இல்லை... நான் இப்போது பிச்சைக்காரனில்லை!' அலறி மறுத்தான் இளைஞன்.

'ஒரு மனிதன் சாகும்வரையும் பிச்சைக்காரன்தான்! பெற்றோரிடம் பாசப் பிச்சை, மனைவியிடம் சுகப்பிச்சை, குழந்தைகளிடம் அன்புப் பிச்சை, முதலாளியிடம் தயவுப் பிச்சை, சொந்த பந்தங்களிடம் உறவுப் பிச்சை, சாகும் தறுவாயில் இறைவனிடம் பாவ, புண்ணியப் பிச்சை... இப்படித்தான் வாழ்க்கை! உதறு! சிக்காதே... சுழலாதே... இதிலேயே உழலாதே! உதறு! முதலில் நான் என்பதை உதறு! எல்லாம் தெரிய வரும்!'

பெரியவர் மறைந்து போனார்.

ஒருநாள், இளைஞன் பிச்சையெடுத்த அதே கோயில்! உள்ளே இறைவனை தரிசித்துவிட்டு வெற்று உடம்போடு வெளிவந்த இளைஞன், வாசலுக்கு வந்ததும் சட்டை அணிய முயன்றான்.

'என்னப்பா! பிச்சைக்காரா, உடுத்துவதிலேயே இருக்கிறாயே, உதறிடப் போவதில்லையா நீ?' என்று ஒரு குரல் கேட்டது.

இளைஞன் திடுக்கிட்டு நிமிர்ந்தான். எதிரே சங்கு பூண்ட ரிஷி ஒருவர் இவனையே பார்த்தபடி நின்றிருந்தார். அவர் கண்களிலிருந்த ஒளி, இவனைக் கவர்ந்து இழுத்தது. உடல் தங்கம் போன்ற தேஜஸுடன் மின்னியது.

இளைஞன் அவர் காலடியில் விழுந்தான், எதற்கென்றே புரியாமல் அழுதான்.

'ஸ்வாமி! எனக்கு வழிகாட்டுங்கள்!' என்று புலம்பினான்.

'எழுந்திரு இளைஞனே!' என்றார் இவனை ஆட்கொள்ள வந்திருந்த கொங்கண ரிஷி.

இளைஞன் எழுந்தான்.

'உதறத் தயார்தானே?' என்றார் கொங்கணர்.

இளைஞன் 'ஆம் ஸ்வாமி!' என்றபடி அணிந்திருந்த சட்டையைக் கழற்றி உதறினான்.

கொங்கணர் சிரித்தார். 'சட்டையை உதறிய 'சட்டை முனியே' வாருங்கள், போவாம்! என் கையைப் பிடித்துக் கொள்ளுங் கள்!' என்றார்.

இளைஞன், கொங்கணரின் கையைப் பற்றிக் கொள்ள, கொங்கணருடன் ஆகாயத்தில் சஞ்சரித்தான்! காடுகள், மலைகள், கடல்கள், நாடுகள் பார்த்தபடியே கடந்தார்கள். இளைஞன் ஆச்சரியமடைந்தான்... இல்லையில்லை சட்டை முனி ஆச்சரியமடைந்தார்.

'சட்டை முனி, இதில் பெரிய அதிசயம் ஒன்றுமில்லை. எல்லாம் ரசமணி தரும் சக்தி. போகப் போக உங்களுக்கே எல்லாம் விளங்கும்!' என்றார் கொங்கணர்.

கொங்கணரின் சீடரானார் சட்டைமுனி.

அத்துடன் கருவூரார் போன்ற சித்தர்களின் தொடர்பும் கிடைக்க, ரசவாதவித்தை, போன்ற ஸித்திகளும் இவரிடம் அடைக்கலமாயின. இறுதியில் அகத்தியரிடம் சீடராகச் சேர்ந்து, ஞானத்தில் உயர்நிலையை அடைந்தார்.

இவரின் விடாமுயற்சியும், ஞான நெறியும், பிடிவாதமான தவமுறையும், கடைசியாக, இவர் விரும்பியபடியே, இவரைக் கயிலாயம் கொண்டு சேர்ந்தன. சிவபெருமானை நேரில் தரிசிக்கும் பாக்கியம் பெற்றார் சட்டை முனி.

சிவபெருமானின் பூரண அருள் நிரம்பிய சட்டை முனியின் சிறப்பு எல்லா இடங்களிலும் பரவியது. ரோமசர் போன்ற பெரும் சித்தர்களும் கூட வைத்திய சாஸ்திரம் குறித்த சந்தேகங்களைத் தீர்த்துக் கொள்ள சட்டை முனியைத் தேடி வந்தனர்.

சட்டைமுனி எழுதியுள்ள வாத காவியத்தில் அற்புதமான மருந்துகளைப் பற்றி ஏராளமாய்ச் சொல்லியிருக்கிறார். உலோகங்கள், ரத்தினங்கள், பாஷாணங்கள் எல்லாவற்றையும் தனித்தனியே செந்தூரமாகவும், பஸ்பமாகவும் செய்யும் முறைகளை விளக்கியிருக்கிறார்.

ஒருமுறை சட்டைமுனி, ஊர் ஊராகச் சுற்றி வரும்போது, தூரத்தில் திருவரங்கக் கோயிலின் கோபுரங்களைக் கண்டார். அது மாலை நேரம். இரவுக்குள் எப்படியும் அரங்கனைக் காண வேண்டுமென்ற ஆசையில் வேக வேகமாக நடைபோட்டார் சட்டை முனி.

எத்தனைதான் விரைவாக வந்தபோதும், அர்த்த ஜாம பூஜை முடிந்து கோயில் கதவுகள் மூடப்பட்டு விட்டன.

சட்டை முனி சித்தருக்கு ஏமாற்றமாய் இருந்தது. மனத்தில் ஏக்கம் பீறிட்டெழுந்தது. 'அரங்கா! அரங்கா! அரங்கா!' என்று மூன்று முறை கூவினார்.

அடடா! என்ன அதிசயம் கோயில் கதவுகள் தானாகத் திறந்து கொண்டன. கோயில் மணிகள் கிணிகிணியென்று ஒலித்தன. மேளதாளங்கள் முழங்கின. முரசுகள் அதிர்ந்தன. அரங்கனின் அற்புத தரிசனம் கண்டார் சட்டை முனி! சிலிர்த்துப் போய், கண்களில் ஆனந்தக் கண்ணீர் பெருக, நெடுஞ்சாண்கிடையாக விழுந்து வணங்கினார். எழுந்தார்; துதித்தார்; பாடினார்.

நடு இரவில் கோயிலில் ஓசை கேட்டு, பட்டரும் ஊர் மக்களும் ஓடிவந்து பார்த்தனர். கோயில் கதவுகள் திறந்து கிடக்க, திருடர்கள்தான் புகுந்து விட்டனர் என்று நினைத்து, பதைப்புடன் உள்ளே சென்றனர்.

அங்கே சட்டைமுனி கண்மூடி மெய்மறந்து அமர்ந்திருந்தார். அரங்கனின் அத்தனை நகைகளும், சங்கு சக்கரம் உட்பட,

சட்டை முனியை அலங்கரித்துக் காணப்பட்டன. மக்கள் அதைப் பார்த்துக் கோபம் கொண்டனர்.

சட்டைமுனியை அரசர் முன் கொண்டு நிறுத்தினார்கள்.

'பார்த்தால் துறவி போலிருக்கிறீர்கள். ஏன் இந்தக் கள்ளத் தனம்?' என்று விசாரித்தார் அரசர்.

'மன்னா, நான் கள்வன் இல்லை. சித்தன். அரங்கனைக் காண ஆவலோடு ஓடி வந்தேன். கதவு சார்த்தப்பட்டு இருந்தது. நான் அரங்கனைக் கூவியழைத்தேன். கதவுகள் தானே திறந்தன. எல்லாமே அவனின் விளையாட்டுதான்! அரங்கனே சொல்வான் நான் நிரபராதி என்று!'

'நீங்கள் குற்றமற்றவர் என்பதை அரங்கனே சொல்வாரா?'

'நிச்சயம் சொல்வான்!'

'இவரை ஆலயத்துக்கு அழைத்து வாருங்கள்!' என்று கட்டளையிட்ட மன்னன் அமைச்சர் பரிவாரங்களுடன் தானும் ஆலயத்துக்கு வந்தான்.

சட்டைமுனி வாசலில் நின்றபடியே தம்மையும் மறந்து, முன் போலவே 'அரங்கா! அரங்கா! அரங்கா!' எனக் கூவினார்.

இப்போதும் கோவில் மணிகள் ஒலித்தன. மத்தளங்கள் முழங்கின. முரசு அதிர்ந்தது. மாயம் போல் சட்டை முனி, அரங்களின் அருகில் இருந்தார். திருவரங்கனின் ஆபரணங்கள் எல்லாம் தாமே ஒவ்வொன்றாகக் கழன்று சட்டை முனியின் மேல் வந்து அலங்கரித்தன.

ஊர் மக்களும் மன்னனும் இந்த அதிசயத்தைக் கண்டு மலைத்துப் போயினர். நினைவு பெற்றுச் சிலிர்ப்புடன் திருவரங்கனின் நாமம் சொல்லி முழங்கினார். எல்லோரும் பார்த்துக் கொண்டிருக்கும்போதே, கருவறையில் தோன்றிய பேரொளியில் சட்டை முனி, இறைவனோடு கலந்தார்.

9. துரத்திய துரோகங்கள்

அகப்பேய்ச் சித்தர்

தோட்டத்தில், நாயனாரின் தலைமீது காக்கை ஒன்று போகிற போக்கில் ஒரு கொத்துக் கொத்தி விட்டுப் பறந்தது.

கொத்திய இடம் வலித்தது. வலித்த இடத்தைத் தடவியபடியே நாயனார் யோசித்தார்.

'காக்கை இப்படிக் கொத்துவது துர்ச் சகுன மாயிற்றே! அந்த நபர் வீடு திரும்ப மாட்டார் என்று சொல்வார்களே!'

சங்கடமாய்க் கிணற்றடியில் குளித்து முடித்தார் நாயனார்.

பூஜை அறைக்குச் சென்று சிவனை நினைத்துச் சிறிது நேரம் தியானத்தில் இருந்தார். பூஜை செய்தார். சாப்பிட்டார்.

துணி மூட்டையைத் தோளில் தூக்கி வைத்துக் கொண்டு வியாபாரத்துக்குப் புறப்பட்டார்.

வீடு வீடாகச் சென்று புடவை வியாபாரம். வழியெல்லாம் வியாபாரம் நிறைவாய்

92

நடந்தது. நாயனார் மனத் திருப்தியுடன் கடை வீதிக்குச்
சென்றார். அங்கு இவரின் உறவினர் ஒருவர் துணிக்கடை
வைத்திருந்தார்.

அவரிடம் சென்றால் தோள்சுமை பாதியாகக் குறைந்து விடும்.
நிறையவே துணிகள் வாங்கிக் கொள்வார்.

உறவினர் கடையை நெருங்கும்போது அந்தக் கடை வாசலில்
கூட்டம் சேர்ந்திருப்பதைக் கண்டார். 'ஏன் இவ்வளவு
கூட்டம்? என்ன ஆயிற்று?'

நாயனார் கூட்டத்தை விலக்கிப் பார்த்தார். அதிர்ந்து போனார்.

உறவினர் கடை பூட்டப்பட்டிருக்க, கடையின் வாசலில்
இவரின் உறவுக்காரர் கிழிந்த ஆடையுடன், அழுக்குக்
கோலத்தில் இருந்தார். கையில் கல் ஒன்றை வைத்துக்
கொண்டு பார்வையே ஒரு தினுசாக உருமிக் கொண்டிருந்தார்.

'ஏய்! போயிடுங்க..போங்க எல்லாரும்! என் பணத்தைக்
கொள்ளையடிச்சிக்கிட்டு போகலாம்னு பார்க்கறீங்களா?'
என்றவர், அடுத்த நொடியே.. 'போச்சு..போச்சு..எல்லாம்
போச்சு! அவன்தான் எல்லாத்தையும் எடுத்துக்கிட்டுப்
போயிட்டானே! என்றபடி, தலையில் திரும்பத் திரும்ப
அடித்துக் கொண்டு அழுதார்.

நாயனார் அருகில் இருந்தவர்களிடம், 'என்னாச்சு இவருக்கு?'
என்று அதிர்ச்சியுடன் கேட்டார்.

'இவருடன் தொழிலில் கூட்டுச் சேர்ந்தவர் இரவோடு இரவாக
கடையைக் காலி செய்து எல்லாத் துணிகளையும் பொருட்
களையும், பணத்தையும் எடுத்துக் கொண்டு ஓடிவிட்டார்.
அதைக் கேள்விப்பட்டதிலிருந்து இவருக்கு இப்படிப் பித்துப்
பிடித்து விட்டது.' என்றார்கள்.

நாயனார் மிகுந்த துக்கமடைந்தார். மனத்தில் பாரம் ஏற்றியது
போல் இருந்தது. உறவினரின் நிலை குறித்து வேதனை
மிகுந்தது.

இதற்கு மேல் வியாபாரத்துக்குச் செல்ல விருப்பமில்லாமல் போனது. ஆனால் இவரின் நண்பரொருவர் தன் மனை விக்காக இவரிடம் பட்டுப் புடவை கேட்டிருந்தார். நாய னாரும் இன்று கொண்டு வந்து தருவதாக வாக்களித்திருந்தார். அதை மட்டுமாவது கொடுத்து விட்டுப் போய் விடலாம் என்று நினைத்தார்.

இரண்டு வீதி தள்ளிதான் நண்பரின் வீடு.

நண்பர் வீட்டுத் தெருவில் நுழையும் போது, சட்டென்று ஒரு பள்ளத்தில் தடுக்கிச் சரிந்தார் நாயனார். நல்ல வேளை துணி மூட்டை கீழே விழவில்லை. ஆனால் இரண்டு கால்களும், வேட்டியின் கீழ்ப் பகுதியும் சகதியாகி விட்டது.

இப்படியே நண்பரின் வீட்டுக்கு வாசல் வழியாகச் செல்வதை விடப் பின்புறமாகச் சென்று, கிணற்றடியில் கால் கழுவிக் கொண்டு அப்படியே உள்ளே செல்லலாம் என்று நினைத்தார்.

வீட்டின் பின்புறக் கதவு திறந்துதானிருந்தது. மூட்டையுடன் கிணற்றடிக்குச் செல்ல முனையும்போது, நாயனாரின் கண் களில்பட்டது அந்த மோசமான காட்சி!

தோட்டத்தில் மாட்டுக்கொட்டிலின் மூலையில் மாடுமேய்க் கும் வேலையாளுடன் நண்பரின் மனைவி காணக்கூடாத நிலையில் காணப்பட்டாள்.

நாயனார் பதறிப் போனார். ஏதோ அசிங்கத்தில் விழுந்தது போல மனம் கூசிப் போனது. மூட்டையை அங்கேயே போட்டது போட்டபடி விட்டு விட்டு என்ன செய்கிறோம் என்பது அறியாமலே, கால்கள் போன திசையில் ஓட்டமும், நடையுமாக விரைந்தார்.

மனம் அரற்றிக் கொண்டே வந்தது.

'ஐயோ! கடவுளே...மனிதர்கள் ஏன் இப்படி இருக்கிறார்கள்? பழகிய நண்பன் ஏமாற்றுகிறான். தாலி கட்டிய மனைவி துரோகம் செய்கிறாள். எல்லாரும் ஏன் இப்படி சுயநலப்

பிசாசாக இருக்கிறார்கள்? அகத்தை ஏன் பேயாய் அலைய விடுகிறார்கள்? உண்மையும், சத்தியமும் மட்டுமே ஆன்மா வுக்கு உயர்வு தரும் என்பதை ஏன் இவர்கள் உணர மறுக்கிறார்கள்?

நாயனாருக்கு, இந்த மக்களுடன் வாழும் வாழ்க்கை அந்த நிமிடமே வெறுத்துப் போனது. இவர்களை விட்டு விட்டு ஓடிவிட வேண்டும் போல உணர்ந்தார். அவரது கால்களும் இதைப் புரிந்து கொண்டதுபோல அவரைக் காட்டுக்குக் கொண்டு வந்து சேர்த்தன.

நாயனார் காட்டுக்குள்ளேயே கிடந்தார்.மனம் போன போக்கில் திரிந்தார். அங்கங்கே தென்பட்ட முனிவர்களையும் ரிஷிகளையும் சந்தித்துப் பேசினார். உபதேசம் பெற்றார். ஆனால் இவரின் மனது சமாதானமடையவில்லை.

ஒருநாள் நடுக்காட்டுக்குள் சென்றவரின் கண்ணில் ஒரு பெரிய பருத்த ஜோதிமரம் தென்பட்டது. மரத்தின் அடியில் ஒரு ஆள் நுழையக்கூடியது போல பொந்து இருந்தது.

நாயனார் வியாசரைக் குருவாக நினைத்து அந்தப் பொந்தி லேயே கடும் தவத்தில் அமர்ந்தார். நாள் கணக்கில், மாதக் கணக்கில் உறுதியுடன் நிலைத்த மனத்துடன் அவர் செய்த தவம் வியாசரை ஈர்த்தது. நாயனாரிடம் வரவழைத்தது.

'நாயனார்! வியாசன் வந்திருக்கிறேன்.எழுந்திரு!' என்றார்.

நாயனார் கண் விழித்தார். தன் எதிரே நின்றிருந்த பழுத்த யோகியான வியாசரைப் பார்த்தார். பரவசமானார். ஆனந்தம் கொண்டார். அவர் பாதங்களில் பணிந்தார்.

வியாசர் அவருக்கு ஞான உபதேசம் அருளினார். 'நாயனார்...உனக்கு விரைவிலேயே அநுபூதி நிலை கைகூடும். உன் அனுபவங்களை நூல்களாக எழுதி வை. அது மக்களைச் சென்று சேரட்டும்' என்று சொல்லி மறைந்தார்.

நாயனார் இதற்குப் பின்தான் அகப்பேய்ச் சித்தர் ஆனார்.

இவரின் பாடல்கள் எல்லாமே மனத்தைப் பேயாக உருவகப்
படுத்திப் பாடப்பட்டவைதான். மாயையில் மயங்காமல்
அறியாமையில் மூழ்காமல் மக்கள் ஆனந்தமாக வாழவே
இவர் தன் பாடல்களில் உபதேசித்தார்.

நஞ்சுண்ண வேண்டாமே - அகப்பேய்
நாயகன் தாள் பெறவே
நெஞ்ச மலையாதே - அகப்பேய்
நீ யொன்றுஞ் சொல்லாதே

'நெஞ்சத்தை அலையாமல் வைத்துக் கொள். அதுவே நீ
இறைவன் அடி சேர்வதற்கு போதுமானது. நீ நஞ்சு சாப்பிட
வும் வேண்டாம். கதியில்லாமல் கிடக்கவும் வேண்டாம்.
வேறு எந்தவிதமான துன்பப்படவும் வேண்டாம்.

அகப்பேய் ஆடாமல் மனதை நிலை பெறச்செய். அது
போதும்.' என்கிறார்.

இன்னொரு பாடலில்...

தன்னை அறிய வேண்டும் - அகப்பேய்
சாராமல் சார வேணும்
பின்னை அறிவதெல்லாம் - அகப்பேய்
பேய் அறிவு ஆகுமடி

'நான் யார் என்று தன்னை ஒருவன் அறிய முற்பட்டாலே
முக்திக்கு வழி கிடைக்கும். அது இல்லாமல் மற்ற என்னதான்
அறிந்தாலும் அது பேய் அறிவே' என்று சொல்லும் அகப்பேய்ச்
சித்தர் பாடல்கள் எல்லாமே எளிமையான தமிழில் இன்பம்
அளிப்பவை.

இவர் திருமழிசையில் ஸித்தியடைந்தார் என போகர் ஜனன
சாகரத்தில் உள்ளது.

10. சீனன் செய்த சிலை

போகர்
_____

நள்ளிரவு நேரம்! அந்த வெளிநாட்டவன் வியர்வை சொட்டச் சொட்ட தீவிரமாக வேலை செய்து கொண்டிருந்தான். சுரங்கம் அமைக்கும் வேலை!

எங்கிருந்து?

அவனுடைய வீட்டிலிருந்து!

வீட்டிலிருந்து எந்த இடத்துக்கு? அரண் மனைக்கா, ஆசை நாயகி வீட்டுக்கா ஏதாவது பொக்கிஷக் குவியல் குவிந்திருக்கும் இடத்துக்கா?

எதுவும் இல்லை. கோவிலின் சந்நிதிக்கு செல்ல வழி செய்து கொண்டிருக்கிறான் அவன்!

சிவ மைந்தன் முருகப் பெருமான், ஆண்டிக் கோலத்தில் பக்தர்களுக்கு அருள் செய்யும் பழனி மலை.

அங்கு முருகன் சந்நிதிக்குச் செல்வதற்குதான், சுரங்கம் அமைத்துக் கொண்டிருந்தான் அந்த சீனன். பெயர் போ-யாங்!

சுரங்கம் அமைத்து என்ன செய்யப் போகிறான்? தந்தைக்கே உபதேசித்த சுவாமிநாதனிடம், தனக்கு எழும் சந்தேகங்களைக் கேட்டுத் தீர்த்துக் கொள்ளவே, அவன் சுரங்கம் அமைத்துக் கொண்டிருந்தான்.

தமிழ்க் கடவுளிடம் ஒரு சீனன் சந்தேகம் கேட்பதா? ஆச்சரிய மாயிருக்கிறதல்லவா? பழனி முருகன் சிலையை உருவாக்கி யவரே இவர்தான், என்பது மேலும் அதிசயம்தான்.

சீனாவில், துணிகளை வெளுத்துச் சலவை செய்யும் சாதாரண சலவைத் தொழிலாளியின் குடும்பம் அது. ஏழைக் குடும்பம் தான். படிப்பறிவில்லாத பெற்றோர்களுக்கு மகனாய்ப் பிறந்தது அக்குழந்தை.

பிறந்த சில மாதங்களிலேயே, மழலை மொழியில் மந்திரச் சொற்களை உச்சரித்து.

இந்தக் குழந்தைதான் பின் நாளில், மிகச் சிறந்த சித்தராய், போற்றப்பட்ட போகர்! போ - யாங் என்ற இவரின் பெயர், மரியாதையின் காரணமாகப் போயவர் என்று மாறி, பின் போகர் என்று மருவி அழைக்கப்பட்டார். இவர் காலாங்கி நாதரின் சீடர்.

சித்தர்களிலேயே மனித குலத்தின் மீது மிகுந்த அன்பு கொண்டு, அவர்களுக்காகவே வாழ்ந்த உன்னதச் சித்தர் இவர்.

அத்தனை புனிதரைத் தமிழ்நாட்டு மக்கள் ஆரம்பத்தில் புரிந்து கொள்ளாமல் அவமதிப்பே செய்தனர்.

ஒரு நாள், தாகத்துக்குத் தண்ணீர் கேட்டு, ஒரு சிற்றூருக்குள் நுழைத்தார் போகர். அது ஒரு அக்ரஹாரம். திண்ணையில் வேதியர்கள் சிலர் அமர்ந்து வேதம் ஓதிக் கொண்டிருந்தார்கள். போகர் அவர்களிடம் சென்று குடிக்கத் தண்ணீர் கேட்டார்.

'ஏய்... யார் நீ? இங்கெல்லாம் வரக்கூடாது... இது வேதம் சொல்லும் புனிதமான இடம். வேற்றுத் தேசத்தவன் போல் இருக்கும் உனக்கெல்லாம் இங்கு தண்ணீர் தர மாட்டோம்... போ... போ... சென்று விடு!' என விரட்டியடித்தார்கள்.

போகர் சிறிய புன்னகையுடன் அங்கிருந்து நகர்ந்தார்.

எதிரே ஒரு பூனை குறுக்கிட்டது. போகர் குறும்புடன் அந்தப் பூனையை அழைத்தார். அதன் காதில் வேதத்தை ஓதினார்.

பூனை தெருவின் மத்தியில் வந்து, நன்றாக அமர்ந்து கொண்டது. சப்தமான குரலில் வேதம் ஓதத் தொடங்கியது.

போகரை அவமதித்தவர்கள் முதல் அத்தனை பேரும், தெரு வுக்கு வந்து எட்டிப் பார்த்தார்கள் அதிர்ந்தார்கள்! ஆச்சரியப் பட்டார்கள்! போகரின் பெருமையை உணர்ந்தார்கள்.

'சுவாமி... தெரியாமல் உங்களை அவமதித்து விட்டோம். எங்களை மன்னித்து விடுங்கள்' என்று காலில் விழுந்தார்கள்,

போகர் மக்களின் மத்தியில், ஒரு சாதாரண மந்திரவாதி போல், தம் ஸித்திகளால் வித்தை காட்டினார் ஆட்களை மறைய வைப்பது, வெளிப்படுத்துவது, மிருகங்களைப் பேசவைப் பது, பொன்னை மண்ணாக்குவது, மண்ணைப் பொன்னாக்கு வது என்று அவர்களை வியக்க வைத்தார்.

உண்மையில் போகரைப் போன்ற சித்த மகான், இப்படி யெல்லாம் சித்து வேலைகள் செய்து, தம்மைத் தாழ்த்திக் கொள்ள வேண்டிய அவசியமில்லை. ஆனால் போகர் மக்களை மிகவும் நேசித்தார்.

சாப்பிட மறுக்கும் குழந்தை முன், பெற்றோர் யானை, குரங்கு போலெல்லாம் வேடிக்கை காட்டி, குழந்தைக்குச் சோறு ஊட்டுவதுபோலவே, போகர் நடந்து கொண்டார்.

மக்கள் போகரின் முன் வந்து குவிந்தனர். அவரவர் குறை களைச் சொல்லி, பயனடைந்தனர். போகர் அவர்களுக்கு வேண்டியதை அளித்து, கூடவே, உடல் நலம் குறித்தும்,

மனத்தெளிவு பற்றியும் உபதேசித்தார். மூலிகைகளின் ரகசியங் களைச் சொன்னார். வைத்திய சாஸ்திரங்களைச் சொன்னார். தெய்வங்களைப் பற்றியும், பூஜா பலன்களையும் எளிமையாக எடுத்து வைத்தார்.

பண்புள்ள மக்கள் அவர் சொன்னதைப் பின்பற்றிப் பலன் அடைந்தார்கள். போகரைப் போற்றினார்கள். போகரின் கீழ் ஏராளமான சீடர்கள் உருவானார்கள்.

மக்களுக்கு முடிந்தவரை நன்மைகள் செய்து விட்டோம், என்று நிம்மதியடைந்தார் போகர். அவரைத் துயரப்படுத்தும் நிகழ்ச்சியொன்று, அவர் கண்ணெதிரிலேயே நடந்தது.

திருமணமான சில நாட்களிலேயே கணவன் இறந்துவிட, இளம்பெண்ணான மனைவி கதறியழுதாள். உறவினர், தெரிந் தவர் அத்தனை பேரும் ஒப்பாரி வைத்து வருந்தினார்கள்.

போகர் மனம் கலங்கினார். என்னென்னவோ கண்டுபிடித்து என்ன பயன்? இறந்தவர்களை மீண்டும் உயிர் பெற்று எழ வைக்க வழியில்லையே என்று ஏங்கினார். 'சஞ்சீவினி மந்திர சக்தி பெற்றால் இறந்தவர்களைப் பிழைக்க வைத்து விடலாம்' மனம் சொல்லியது.

போகர் சஞ்சீவினி மந்திர சக்தியைப் பெற மேருமலைக்குப் பறந்தார். மலையின் மீது இறங்கியவர், அங்கிருக்கும் நவநாத சித்தர்கள் சமாதியை அடைந்தார். வணங்கினார்.

சமாதி கண்ட ஒன்பது சித்தர்களும் போகருக்குத் தரிசனம் தந்தார்கள்.

'மகான்களே, இறந்தவர்களைப் பிழைக்க வைக்கும் சஞ்சீவினி மந்திரத்தைத் தாங்கள் எனக்கு அருள வேண்டும்' என்று மண்டியிட்டுக் கேட்டார்.

நவநாத சித்தர்கள் கோபமடைந்தனர்.

'தெய்வ நியதிக்கு மாறாகச் செயல்பட நினைக்கிறாய் நீ. அதனால் இதுவரை நீ கற்ற வித்தைகள் எல்லாமே மறந்து போகட்டும்' - சித்தர் ஒருவர் சாபமிட்டார்.

மனம் துவண்டு போனார் போகர்.

'மக்கள் தொண்டு மகேசன் தொண்டல்லவா? இறைவன் படைத்த உயிர்களின் மீது இரக்கம் கொள்வது பாவமென்றால், அதன் பயன்தான் இந்தச் சாபமென்றால், நான் இங்கேயே இருந்து இறந்து விடுகிறேன்!' தழுதழுப்புடன் கூறினார் போகர்.

இப்போது சித்தர்கள் திடுக்கிட்டனர். போகர் மீது இரக்கம் கொண்டனர்.

'போகனே! மிகுதியான காயகல்ப முறைகளில் முக்கியமான சிலவற்றை அறிந்தவன் நீ. அப்படிப்பட்டவன் இறந்து போனால், மக்களுக்கு மட்டுமல்லாமல் சித்தர்களுக்கும் இழப்புதான். நாங்கள் அளித்த சாபத்தைத் திரும்பப் பெற்றுக் கொள்கிறோம். இறந்தவர்களை உயிர்ப்பிக்க நினைக்காதே. அது ஆண்டவனின் அருள் பெற்றவர்களால் மட்டுமே முடிந்த காரியம். நீ வேறொன்றைச் செய்யலாம். தகுதியுள்ளவர் களுக்குக் காயகல்ப முறைகளைச் சொல்லிக் கொடு. அதன் மூலம் அவர்களை நீண்ட நாள் வாழச் செய். உன்மீது நாங்கள் கொண்ட அன்பினால், மேலும் சில காயகற்ப முறைகளைச் சொல்கிறோம்!' என்றவர்கள் போகர் அறியாத காயகற்ப முறைகளை விளங்கச் சொன்னார்கள். சிரத்தையுடன் கேட்டுக் கொண்டார் போகர்.

இதுவரை தான் அறிந்தவைகள், அனுபவங்கள் அத்தனையை யும் நூல்களாக எழுதத் தொடங்கினார். தன் சீடர்களுக்கும் எல்லாவற்றையும் சொல்லித் தந்தார்.

அதில் ஒன்றாக, இறைவன் தட்சிணாமூர்த்தி, பார்வதி தேவிக்குச் சொன்ன ஞான விளக்கத்தை, தன் குருவின் மூலம் தெரிந்து வைத்திருந்த போகர், அந்த ஞான விளக்கம் ஏழு லட்சத்தையும் ஏழு காண்டமாக்கி தமது சீடர்களுக்கு உபதேசித்தார்.

இதை அறிந்த மற்ற சித்தர்கள் கொதித்துப் போயினர்.

‘இறைவன் உபதேசத்தை மானுடர்களுக்குத் தெரிவிப்பது மகாபாவம். மிகப் பெரிய குற்றம்’ என்று சொல்லி, ‘போகர் இம்மாதிரி செய்வதை நிறுத்திக் கொள்ள வேண்டும்’ என்று சிவபெருமானிடமே புகார் செய்தனர்.

சிவபெருமான் போகரை அழைத்து விசாரணை நடத்தினார்.

‘போகா! நீ பூனைக்கு நான்கு வேதங்களையும் உபதேசித்து, ஓதச்செய்தாய்... விதிப்படி சனிதிசையின் காரணமாக வறுமையில் துன்பப்பட வேண்டியவர்களுக்குத் தங்கம் செய்து தந்து சுகவாசிகளாக்கினாய். தெய்வ நியதிக்கு மாறாக, இறந்தவர்களை உயிர் பிழைக்க வைக்கத் துடிக்கிறாய்.

இது எல்லாவற்றையும் விட, நான் தேவி பார்வதிக்குச் சொன்ன தீட்சை விதி, யோக மார்க்கம் எல்லாவற்றையும் ஏழு காண்ட மாக எழுதியிருக்கிறாயாமே! என்று கேட்டார் சிவபெருமான்.

‘ஆம்! கயிலைநாதனே... அவர்கள் சொன்னது உண்மைதான்!’ தயங்கியபடி சொன்னார் போகர்.

‘எங்கே... அந்த ஏழு காண்டங்களையும் படி... பார்க்கலாம்!’ என்றார் சிவன்.

போகர் ஒவ்வொரு காண்டமாகப் படிக்கப் படிக்க, அதன் தமிழ் வல்லமையையும் நூலாழத்தையும், பொருள் சிறப்பையும் கேட்டு மகிழ்ந்தார் இறைவன்.

‘எல்லாவற்றையும், சிறப்பாக, எளிமையாக, வித்தகனாக எழுதியிருக்கிறாய். ஆனாலும் ரகசியமாக உபதேசிக்கப்பட்ட இவைகள், நீ எழுதியுள்ள முறைப்படி வெளிப்படையாக இருப்பதால், இவைகளை மலைக் குகையில் மறைவாக வைத்துப் பாதுகாக்கலாம்’ என்றார்.

‘மன்னிக்க வேண்டும் மகாதேவா! நான் இவற்றையெல்லாம் ஏற்கெனவே மக்களுக்குத் தெரியப்படுத்தி விட்டேன். இனி இவைகளை மறைத்து வைப்பதால் எந்தப் பயனும் இல்லை’ என்றார் போகர்.

முக்கண்ணனுக்குத் தெரியாதது என்ன இருக்கிறது? எல்லாம் ஒரு நாடகம்தானே! சித்தர்களிடம் திரும்பினார் சிவபெருமான்.

'எல்லாமே தெரியப்படுத்தி விட்டான் போகன். அது அப்படி வெளிப்பட வேண்டுமென்பதுதான் விதி போலிருக்கிறது. சித்தர்களே, யாராக இருந்தாலும், தாங்கள் கற்ற கல்வியின் பெருமையை வெளிக்காட்டுவது தவறு கிடையாது. எனவே உங்களுக்குள் நடக்கும் போட்டி பொறாமையைக் கை விடுங்கள். போகன் எழுதிய ஞான நூல்கள் ஞானம் பெற்ற நல்லவர்களாலேயே உணர்ந்து கொள்ள முடியும். கெடுமதி யாளர்களும், அறிவிலிகளும் இந்த ரகசியத்தைப் புரிந்து கொள்ள முடியாது. கவலையின்றிச் செல்லுங்கள்!' என்று வழியனுப்பினார்.

கயிலையில் இருந்து திரும்பும் வழியில் போகர் பல அபூர்வ சித்தர்களைக் கண்டார். திருமூலரின் பாட்டனார் சமாதியை வணங்கி, அவரிடமும் பேசினார். 'மனிதர்களைச் சாவிலிருந்து பிழைக்க வைக்கும்' மூலிகையையோ, சஞ்சீவி மந்திரத் தையோ அருளுமாறு கெஞ்சினார்.

அனைவரும் ஒன்று போலவே பதில் சொன்னார்கள்.

'போகரே! மனிதர்கள் உங்களுடைய இரக்கத்துக்கும், கருணைக்கும் அருகதையற்றவர்கள். நிலையில்லாத குரங்கு புத்தி கொண்டவர்கள். எத்தனைதான் உபதேசித்தாலும் திருந்த மாட்டேன்' என்று பிடிவாதம் பிடிப்பவர்கள். அவர் களிடமிருந்து விலகியே இரும்'

மக்களின் சுயநலப் போக்கினால், சித்தர்கள் எந்த அளவுக்கு மனம் வெறுத்துப் போயிருக்கிறார்கள்' என்பதைக் கண்டு போகர் மனம் வருந்தினார்.

அடுத்து, தான் செய்ய வேண்டியது என்ன என்று புரியாமல் போகர் திகைத்து நின்றபோது... அன்னை உமாதேவி போகருக்குக் காட்சியளித்தாள்.

103

'போகா... பழனி மலைக்குப் போ. முருகனை நினைத்துத் தவம் செய். அவன் உனக்கு அருள் புரிவான்' என்று வழி காட்டினாள்.

அன்னையின் சொற்படி போகர் பழனிமலைக்குச் சென்றார். தவத்தில் ஆழ்ந்தார். தண்டாயுதபாணி திருக்கோலத்தில் போகருக்குக் காட்சி தந்தான் கந்தவேள். போகர், உருகித் தொழுதார். பாடினார். பரவசமானார்.

முருகன் அவருக்குக் கட்டளையிட்டான்.

'போகரே... நீர் என்னை தரிசித்த இந்த இடத்திலேயே ஒரு கோயில் கட்டுங்கள். இந்த தண்டாயுதபாணி கோலத்திலேயே எமக்கு ஒரு சிலை வடித்து மூலவராக நிலை நிறுத்துங்கள்' என்று சொல்லி, விக்கிரகத்தை எந்த விதமாய்ச் செய்வது, எப்படி பிரதிஷ்டை செய்வது என்றெல்லாம் விளக்கி, மறைந்தான்.

முருகப் பெருமான் சொன்ன படியே நவபாஷாணம் கொண்டு சிலையைச் செய்த போகர், தான் கட்டிய கோயிலில், சிறப் பான நாள் பார்த்து, நல்ல முகூர்த்தத்தில் சிலையை பிரதிஷ்டை செய்தார். பஞ்சாமிர்த அபிஷேகம் செய்து மகிழ்ந்தார்.

குமரக் கடவுளின் நவபாஷாணக் கட்டுமேல் ஊறி வரும், எந்த அபிஷேக பொருளானாலும், பாலோ, விபூதியோ, பஞ்சா மிர்தமோ, அதை பிரசாதமாக எடுத்துக் கொள்பவர்களுக்கு, நோய் நொடி எதுவும் வராமல், ஆயுள் நீளும் என்பது உணர்ந்து மகிழ்ந்தார்.

கடவுளின் சந்நிதிக்குப் பக்கமாகவே, தனக்கு இருப்பிடம் அமைத்துக் கொண்டார் போகர். எந்தச் சந்தேகம் எழுந்தாலும், முருகனிடம் சென்று கேட்டுத் தீர்த்துக் கொள்ள சுரங்கப் பாதையும் அமைத்துக் கொண்டார்.

போகர் தாம் பிறந்த சீன தேசத்தையும், சீன மக்களையும் கூட மிக நேசித்தார். அடிக்கடி உலகம் சுற்றிவரும் போதெல்லாம்

சீனாவைக் கடக்க நேர்ந்தால் அங்கே சில காலம் தங்கி
விடுவதை வழக்கமாகக் கொண்டிருந்தார்.

போ-யாங் என்ற பெயர் கொண்ட போகர். சீனாவில்
வா-ஓ-சியூ என்ற பெயரில் சீனாவின் தலை சிறந்த ஞானியாகப்
போற்றப்படுகிறார். தமிழில் ஏராளமான நூல்களை எழுதியது
போலவே, சீன மொழியிலும் நிறைய நூல்களைத்
தந்திருக்கிறார். காற்றில் பறக்க, நீரில் மிதக்க என்று நிறைய
அதிசய யந்திரங்களையும் அமைத்து தந்திருக்கிறார்!

போகர் எழுதியுள்ள போகர் ஏழாயிரத்தில், பாஷாணங்கள்,
உபரசங்களைப் பற்றியும், ஒவ்வொரு மூலிகையின் வேர்,
தண்டு, இலை, காய், பூ இவைகளின் தனித்தனி வேதியியல்
பண்புகளையும் விரிவாக ஆராய்ந்து கூறியிருக்கிறார்.

இறுதிக் காலம் வரை பழனியில் இருந்த போகர், தனக்குப்பின்,
கோயில் வழிபாட்டை, சீடன் புலிப்பாணியிடம் ஒப்படைத்து,
பழனியில் ஸித்தி அடைந்தார்.

11. சாபச் செடிகள்

கோரக்கர்

அதுவொரு மலையாள நாடு. அங்கு ஒரு விபரீதம் நடந்து கொண்டிருந்தது.

அந்த நாட்டிற்குள் நுழையும் துறவிகளும், முனிவர்களும் காணாமல் போய்க் கொண்டு இருந்தார்கள்.

எங்கே போய் விட்டார்கள்? அவர்களுக்கு என்ன ஆனது?

அத்தனை பேரும் ரகசியமாய்க் கொல்லப் பட்டு விட்டார்கள்!

அடப்பாவமே! துறவிகளைப் போய் கொல்வதா? யார் இந்த கொடூரத்தைச் செய்வது?

அந்த நாட்டின் அரசாங்க வீரர்கள்! இது அவர்களுக்கு இடப்பட்ட அரசு ஆணை! ஆணையிட்டவள் மகாராணி பிரேமளா!

ஆம்! அவள்தான் மந்திரியிடம் இப்படியோர் உத்தரவு போட்டாள்.

‘மந்திரியாரே... இனி நம் நாட்டுக்குள் துறவிகள் யாரும் நுழையக் கூடாது. அப்படி மீறி வந்தால் அவர்களின் உயிரை எடுத்து விடுங்கள். இது யாருக்கும் தெரியக் கூடாது. ரகசிய மான முறையில் காரியம் நடக்கட்டும். இது என் ஆணை!’

மகாராணியே சொல்லி விட்டபின், மறுக்க முடியுமா? ஓசைப் படாமல் சீவப்பட்டன துறவிகளின் தலைகள்!

மக்களுக்குத் தெரியாமல் மர்மமாகத்தான் நடந்தன இந்தக் கொலைகள். என்றாலும், எப்படியோ கசிந்து, மக்கள் கிசு கிசுக்கத் தொடங்கினார்கள்!

‘என்ன அநியாயம் இது! துறவிகளைப் போய்க் கொல்றாங் களாமே? இந்த நாட்டுக்கு ஏதோ தீங்குதான் வரப்போகுது!’

‘சரி... எதுக்காகக் கொல்றாங்களாம்?’

‘யாருக்குமே தெரியாத ரகசியம் அது!

மகாராணி பிரேமளா பயந்து கொண்டிருந்தாள்! ‘யாரோ கோரக்கன் என்ற சித்தனாமே! அவன் வந்து மன்னரை அழைத்துக் கொண்டு போய் விடுவானாமே? கணவர் மச்சேந்திர நாதர் நம்மை விட்டுப் போய் விடுவாரோ?’ நினைக்கும் போதே நெஞ்சு பதறியது.

பிரேமளாவின் கணவர் மச்சேந்திர நாதரும் ஒரு சித்தர்தான். சில ஆண்டுகளுக்கு முன் தமிழ்நாட்டிலிருந்து இங்கு வந்தார். அரசகுமாரி பிரேமளாவைக் கண்டார். காதலித்தார்! மணம் புரிந்து கொண்டு இங்கேயே தங்கி விட்டார். தாம்பத்தியத்தின் வரமாக ஆண் குழந்தையும் பிறந்தது. அதற்கு மீனநாதன் என்று பெயரிட்டு மகிழ்ந்தார்கள்.

ஒரு நாள் குழந்தையுடன் கொஞ்சி விளையாடிக் கொண்டு இருந்த போதுதான், திடீரென்று மச்சேந்திர நாதர் முகத்தில் வருத்தமேற்பட்டது.

‘அன்பரே... ஏன் ஒரு மாதிரி ஆகி விட்டீர்கள்? குழந்தையின் குறும்புகள் கண்டு சந்தோஷப்படாமல் எதற்கு இந்த வருத்தம்?’

'வெகு சீக்கிரத்தில் என் சீடன் கோரக்கன் என்னை அழைத்துப் போக வந்து விடுவான்' என்றார் மச்சேந்திர நாதர்.

பிரேமளா கோரக்கனைப் பார்த்ததில்லை. அதனால் என்ன? துறவிகளையே நாட்டுக்குள் நுழைய விடாமல் செய்து விட்டால்? அதையும் மீறி நுழைபவரை இல்லாமலே ஆக்கி விட்டால்? யோசித்ததை உடனே செயல்படுத்தி விட்டாள் பிரேமளா.

இது எதுவுமே தெரியாமல், நாட்டின் எல்லைக்குள் காலெடுத்து வைத்தார் கோரக்கர்! இத்தனை கொலைகள் நடந்ததற்கான காரணகர்த்தா!

நெடுந்தூரம் நடந்து வந்ததில் கோரக்கருக்குப் பசித்தது. தாகமெடுத்தது. கண்ணில் பட்ட முதல் வீட்டை நெருங்கினார். வாசலில் நின்றபடி...'தாயே... சித்தன் வந்திருக்கிறேன். பசிக்கிறது. தாகமெடுக்கிறது. உணவும், நீரும் கொடுங்கள் தாயே!' என்று பிச்சை கேட்டார்.

வீட்டினுள் இருந்து சாப்பாடும், நீரும் கொண்டு வந்து தந்தாள் அந்த வீட்டுப் பெண்மணி. கோரக்கர் சாப்பிட்டு முடிக்கும் வரை காத்திருந்தவள், அதற்குப் பின் சொன்னாள்.

'ஐயா, சித்தரே... விஷயம் தெரியாமல் வந்து விட்டிருக் கிறீர்களே... நீங்கள் வெளியூரா? இந்த நாட்டுக்குள் துறவிகள் வருவதற்குத் தடையிருக்கிறது. அதையும் மீறி வருபவர்கள் கொல்லப்படுகிறார்களாம். இது அரசியின் உத்தரவாம். எனவே அரசாங்க வீரர்களின் கண்களில் சிக்காமல், வந்த வழியே சென்று விடுங்கள்!' என்றாள்.

கோரக்கராவது... பின் வாங்குவதாவது! குருவை இங்கிருந்து அழைத்துச் செல்லாமல் எப்படித் திரும்புவது?

மச்சேந்திர நாதர், குரு மட்டுமா... தனக்குப் பிறப்பையே தந்தவரல்லவா!

ஆமாம்! கோரக்கர் பிறப்பிற்கே காரணம் மச்சேந்திர நாதர்தான்.

மச்சேந்திர நாதர் சிவ ஆசீர்வாதம் பெற்ற சித்தர். ஒரு முறை உணவு கேட்பதற்காக ஒரு வீட்டின் முன் நின்றிருந்தபோது, அந்த வீட்டிலிருந்து வெளிப்பட்ட பெண், மச்சேந்திர நாதரை வணங்கி, பிச்சையிட்டாள்.

ஆனால் அவள் முகத்தில் மெல்லிய சோகம் இருந்தது.

'அம்மா! உன் மனதில் ஏதோ குறையொன்று இருக்கிறது. என்னவென்று மறைக்காமல் சொல்' என்றார் மச்சேந்திர நாதர்.

'சுவாமி! திருமணமாகி நீண்ட நாள்கள் ஆகியும், எனக்குக் குழந்தை பாக்கியம் இல்லை. மலடி என்று கேலி பேசு கிறார்கள்!' என்று வருந்தினாள்.

மச்சேந்திர நாதர் அவள் மேல் கருணை கொண்டார்! அம்மா! உனக்கு நிச்சயம் குழந்தை பிறக்கும். கவலைப்படாதே!' என்றவர், சிறிது விபூதியை எடுத்து அவள் கையில் கொடுத்து... 'இதைச் சாப்பிடு... அழகான ஆண் குழந்தை பிறக்கும்!' என்று சொல்லிக் கிளம்பினார்.

விபூதி பெற்ற பெண்மணி, பக்கத்து வீட்டில் நின்றிருந்த பெண்ணிடம், விபூதியைக் காட்டி, மகிழ்ச்சியுடன் நடந்ததைச் சொன்னாள். ஆனால் அவளோ! 'வேண்டாம்... அந்தத் துறவியைப் பார்த்தால் மாயக்காரன் போல் இருக்கிறான். விபூதியை நீ சாப்பிட்டால், அதில் வசியப்பட்டு, அவன் பின்னாலேயே சென்று விடுவாய்!' என்று பயமுறுத்தினாள்.

விபூதி பெற்ற பெண்ணும் திகிலடைந்து போய், தன் வீட்டு அடுப்பில் அந்த விபூதியைக் கொட்டி விட்டாள்.

சில வருடங்கள் கழித்து, அதே ஊருக்கு வந்தார் மச்சேந்திர நாதர். குழந்தை இல்லாத குறை தீர்ப்பதற்காக தான் விபூதி கொடுத்த வீட்டின் முன் சென்றார். அந்தப் பெண்ணை அழைத்தார். 'பெண்ணே... உன் மகனைக் கூப்பிடு! அவனை நான் பார்க்க வேண்டும்!' என்றார்.

அந்தப் பெண் குற்ற உணர்வுடன், அவர் காலில் விழுந்தாள். பக்கத்து வீட்டுக்காரி பயமுறுத்தியதால், விபூதியை, தான் அடுப்பில் போட்டு விட்ட விஷயத்தைச் சொன்னாள். அடுப்பில் போடப்பட்ட விபூதி, பின் அடுப்புச் சாம்பலுடன் அள்ளப்பட்டு குப்பைமேட்டில் கொட்டப்பட்டுவிட்டது.

மச்சேந்திர நாதர், கொல்லைப்பக்கம் உள்ள குப்பை மேட்டுக்குச் சென்றார்.

'கோரக்கா' என்று அழைத்தார்.

'என்ன?' என்று குப்பைமேட்டில் இருந்து குரல் கேட்டது.

'அந்தக் குப்பை மேட்டிலிருந்து, குப்பையை அள்ளுங்கள்' என்றார் மச்சேந்திரர்.

சித்தரைச் சுற்றி வேடிக்கை பார்க்க வந்திருந்தவர்களில் சிலர், குப்பையைக் கொஞ்சம் கொஞ்சமாக அகற்றினார்கள். அதன் அடியில் இருந்து, அழகான ஒரு சிறுவன் எழுந்தான்.

'கோரக்கா... என்னருகில் வா!' அன்புடன் அழைத்தார் மச்சேந்திரர்.

அருகில் வந்த சிறுவனை, தழுவிக் கொஞ்சிய மச்சேந்திரர், அவனை ஆசீர்வதித்து விட்டு, பெண்மணியிடம்! 'அம்மா... இந்தா உன் பிள்ளை. பெற்றுக் கொள்!' என்று கிளம்பினார்.

ஆனால் கோரக்கரோ 'அம்மா என்னை மன்னித்து விடுங்கள். எனக்குத் தாயும், தந்தையும் என் குருதான். நான் அவருடனே செல்கிறேன்.' என்று மச்சேந்திரநாதரைப் பின் தொடர்ந்து சென்றார்.

மச்சேந்திரரின் அன்பான முதன்மைச் சீடராக விளங்கினார் கோரக்கர். குருவிடமிருந்து, பல வகைக் கல்வியும் கற்று, ஞான உபதேசம் பெற்றார். சகல சித்துக்களையும் அடைந்தார். ஒரு நீண்ட தவம் செய்து பூரண சித்தரானார்.

கோரக்கர் தினமும் வீதி வீதியாகச் சென்று பிச்சையெடுத்து வந்து, குருவுக்கு கொடுத்து, அவர் சாப்பிட்ட பிறகு தான்

சாப்பிடுவார். அப்படி ஒரு முறை கொண்டு வந்த சாப்பாட்டில் வடை ஒன்று இருந்தது.

அந்த வடையைச் சாப்பிட்டு, அதன் ருசியில் மயங்கிய மச்சேந்திரர், கோரக்கரிடம், 'வடை சுவையாக இருக்கிறது கோரக்கா. நாளையும் இதே வீட்டுக்குச் சென்று வடை வாங்கி வா!' என்றார்.

குருநாதர் கட்டளைப்படி, மறுநாள் அதே வீட்டிற்குச் சென்ற கோரக்கர், 'தாயே... நேற்று தந்த வடை போலவே, இன்றும் வடை வேண்டும். தாருங்கள்!' என்றார்.

இதைக் கேட்டு அனைவரும் சிரித்தனர்.

'யோகிகளான நீங்களே இப்படி நாக்குக்கு அடிமையாக நடந்து கொள்கிறீர்களே... இது நன்றாகவா இருக்கிறது!' என்று கேலி பேசினார்கள்.

கோரக்கர் கோபம் கொள்ளவில்லை. 'குருநாதர் கேட்டு விட்டார். அவருடைய ஆவலை நிறைவேற்ற வேண்டியது இந்த சீடனின் கடமையல்லவா? தயவு செய்து உதவுங்கள்!'

'வடை கேட்டு விட்டார் என்று இப்படி வற்புறுத்துகிறீர்களே... நாளையே உங்களின் ஒரு கண் வேண்டுமென்று கேட்டால் பிடுங்கிக் கொடுத்து விடுவீர்களோ?' என்று கோபமாய் கேட்டாள் அந்தப் பெண்மணி.

'அம்மா! என் குருநாதரே தங்கள் மூலம் கேட்டதாக நினைத்துக் கொள்கிறேன். இந்தாருங்கள் என் ஒரு கண்! பெற்றுக் கொண்டு வடை செய்து கொடுங்கள்!' என்று சொன்ன கோரக்கர், கத்தியால் ஒரு கண்ணைப் பிடுங்கி, அந்தப் பெண்ணிடம் நீட்டினார்.

அங்கிருந்தவர்கள் திடுக்கிட்டுப் போனார்கள். பதறிப் போன பெண்மணி, குற்ற உணர்வுடன் மன்னிப்பு கேட்டு வணங் கினாள். கோரக்கரை அமரவைத்து வடைசெய்து வந்து கொடுத்தாள்.

111

கோரக்கர் மகிழ்ச்சியுடன் வடையைக் கொண்டு வந்து மச்சேந்திரரிடம் கொடுத்தார்.

வடையை வாங்கிக் கொண்ட மச்சேந்திரர், கண் இழந்து, ரத்தம் வழிய நின்றிருந்த கோரக்கரைப் பார்த்து அதிர்ந்தார்.

'கோரக்கா! என்னாயிற்று? உன் ஒரு கண் எங்கே?' என்று பதறினார்.

கோரக்கர் நடந்தவைகளைச் சொல்ல, மனம் நெகிழ்ந்து போனார் மச்சேந்திரர்.

'கோரக்கா, உன் குரு பக்தியும், உயர்வான பண்பும் வீண் போகாது. உன் செயல் என்னை மிகவும் கௌரவப்படுத்தி விட்டது. இதோ... கண் மீண்டும் பொலிவு பெறும்!'

குருநாதரின் அருளால் கோரக்கருக்கு மீண்டும் கண் கிடைத்து விட்டது.

இதற்குப் பிறகுதான் மச்சேந்திர நாதர் மலையாள நாட்டுக்குப் புறப்பட்டது.

'கோரக்கா. நான் மலையாள நாட்டுக்குச் செல்கிறேன். சில காலம் கழித்து அங்கு வா. என்னை உன்னோடு கூட்டிச் செல்!' என்று சொல்லிவிட்டுப் புறப்பட்டுப் போனார்.

இப்போதோ, மனைவி, குடும்பம், குழந்தை என்று மாயையில் மூழ்கி விட்டிருக்கிறார். இதிலிருந்து குருவை மீட்டாக வேண்டும்! என்ன செய்யலாம்? யோசித்தார் கோரக்கர்.

அப்போது கூத்தாடிகள் சிலர் கோரக்கர் இருந்த இடத்துக்கு அருகில் வந்து அமர்ந்தார்கள். கசகசவென்று தங்களுக்குள் வருத்தத்துடன் பேசிக் கொண்டிருந்தார்கள். கோரக்கர் அவர்களிடம் காரணம் விசாரித்தார்.

'சுவாமி நாங்கள் கூத்துக் கட்டுபவர்கள். இந்த நாட்டு அரசர் முன்னால் எங்கள் திறமையைக் காட்டி பரிசு பெறுவதற்காக

வந்தோம். வரும் வழியில் மத்தளம் வாசிப்பவனுக்கு உடல் நிலை சரியில்லாமல் போய் விட்டது. என்னசெய்வதென்று புரியவில்லை! என்றனர்.

'கோரக்கர் குஷியானார். ஆஹா! அரண்மனைக்குள் நுழைய வழி கிடைத்து விட்டது!'

கோரக்கரும் கூத்தாடிகளைப் போலவே ஆடை அணிந்து கொண்டு, மத்தளம் வாசிப்பவராக அவர்களுடன் அரண் மனைக்குச் சென்றார்.

கூத்தாடிகள், அரசர், அரசி முன் திறமையாக கூத்தாடினார்கள். கோரக்கரின் மத்தள வாசிப்பு மிகப் பிரமாதமாயிருந்தது! சபையோரிடமிருந்து கை தட்டல் எழுந்தது.

மச்சேந்திர நாதர், மத்தளம் வாசிப்பது கோரக்கரே என்பதை அறிந்து கொண்டார். மகாராணி பிரேமளாவிடம் சொன்னார்.

அதிர்ச்சியடைந்தாள் பிரேமளா. 'என்ன... இவன்தான் உங்கள் சீடன் கோரக்கனா?'

'ஆம்! என்னை அழைத்துப் போக வந்திருக்கிறான்!'

கூத்தாட்டம் முடிந்தது. ஒவ்வொருவராக பரிசு பெற்றுச் சென்றார்கள்.

கோரக்கர் வந்தார். மச்சேந்திர நாதரைப் பார்த்தார்.

'குருவே, வாருங்கள் புறப்படலாம்' என்றார்.

'கோரக்கா... இன்னும் சிறிது காலத்துக்குப் பிறகு போகலாம். அதுவரை நீ என்னுடனே இரு!' என்றார் மச்சேந்திரர்.

இது பிரேமளா சொன்ன யோசனை. அரண்மனை வாசமும், அதன் சுக போகங்களும் கோரக்கரை மனம் மாறச் செய்யும் என்று நம்பினாள். முடிந்தால் கோரக்கரையும் இல்லற வாழ்வு மேற்கொள்ள வைத்துவிடுவது என்று எண்ணிக் கொண்டாள்.

ஒருநாள்... குழந்தை மீனநாதன் படுக்கையிலேயே அசிங்கம் செய்துவிட, 'கோரக்கா குழந்தையைக் கொண்டு போய் கழுவிக் கொண்டு வா!' என்றார் மச்சேந்திரர்.

கோரக்கர் அந்தக் குழந்தையை எடுத்துக் கொண்டுபோய் ஆற்றில் கழுவி, கல்லில் அடித்துத் துவைத்துக் காயப் போட்டார்!

குழந்தையில்லாமல் அரண்மனைக்குள் நுழைந்த கோரக் கனைக் கண்டு திகைத்த பிரேமளா, 'குழந்தை மீனநாதன் எங்கே?' என்று பதட்டத்துடன் கேட்டாள்.

'கல்லிலே துவைத்துக் காயப் போட்டிருக்கிறேன்!' என்றார் கோரக்கர்.

மச்சேந்திரரும், பிரேமளாவும், அழுது அலறினார்கள்.

'கோரக்கா என் மகன் எனக்கு வேண்டும். மீனநாதனை இங்கே கொண்டு வா!' என்று கோபமாகக் கட்டளையிட்டார் மச்சேந்திரர்.

பிரேமளா, இறந்து போன குழந்தை எப்படி வரும் என்பது புரியாமல் திகைத்தாள்.

'உங்கள் சொற்படியே செய்கிறேன் குருவே!' என்றவர் ஆற்றங்கரைக்குச் சென்று, 'மீனநாதா எழுந்து வா!' என்றார்.

கல்லில் அடித்துத் துவைக்கும் போது நூற்றியெட்டு சதைத் துணுக்குகளாக சிதறிப் போயிருந்ததால், நூற்றியெட்டு மீனநாதர்கள் எழுந்து வந்தார்கள்.

பிரேமளா அதிர்ச்சியடைந்தாள். 'நூற்றியெட்டு குழந்தைகள் இருக்கிறார்களே...இவர்களில் என் மகன் மீனநாதன் யார்?' என்று ஆத்திரப்பட்டாள்.

'கோபம் கொள்ளாதீர்கள்' என்ற கோரக்கர் நூற்றியெட்டு குழந்தைகளையும் ஒன்றாகச் சேர்த்து ஒரே குழந்தையாக்கி 'பிடியுங்கள்... உங்கள் மீனநாதனை!' என்று ஒப்படைத்தார்.

114

'மச்சேந்திரரை, இவனுடன் அனுப்பா விட்டால், மேலும் என்னென்ன தொல்லைகள் தருவானோ' என்று பயந்த பிரேமளா, மச்சேந்திரரை கோரக்கர் அழைத்துச் செல்ல அனுமதித்தாள்.

'குருவே! எப்படிப்பட்ட ஞானிகளுக்கும், அஞ்ஞான காலம் என்று வரும். இதோ தங்கள் அஞ்ஞான காலம் முடியும் நேரம் வந்து விட்டது. மாயையில் இருந்து மீளுங்கள்' என்றார்.

கோரக்கர் சொன்ன தருணம், மாயையில் இருந்து மீண்டார் மச்சேந்திரர். மனம் மகிழ்ந்தார்.

'கோரக்கா, சீடனின் பண்பைக் காப்பாற்றினாய். உன்னைப் பாராட்டுகிறேன்! எப்போதும் என் ஆசி உனக்கு உண்டு. நான் நீண்ட தவத்தில் அமரப் போகிறேன். இனி நீ உன் வழியில் செல்' என்று விட்டு, அங்கேயே கானகத்தினுள் தவம் செய்யப் போனார்.

குருவைப் பிரிந்து வருத்தத்துடன் புறப்பட்ட கோரக்கர், அங்கிருந்து வாதமேடு என்கிற காட்டுக்குள் தவம் செய்யச் சென்றார்.

அங்குதான் அவருக்கு ஒரு நண்பர் கிடைத்தார்! அவர் பெயர் பிரம்மமுனி! இவரைப் போலவே தவம் செய்ய வந்த சித்தர். சிறிது நாட்களிலேயே இருவரும் நெருங்கிய நண்பர் களானார்கள்.

ஒரு நாள் பிரம்மமுனி, கோரக்கரிடம், 'கோரக்கரே, நாம் எத்தனைதான் உபதேசித்தாலும் மக்கள் முழுதாக மனம் மாறுவதாகத் தெரியவில்லை. அதனால்...!'

'சொல்லுங்கள், பிரம்ம முனியே அதனால்..!'

'நாம் இருவருமாகச் சேர்ந்து ஒரு யாகம் செய்வோம். நம் ஆத்ம சக்தியை வளர்த்துக் கொண்டு, தெய்வீக நிலை அடைவோம். அதன் மூலம், படைப்பு முதலான ஐந்தொழிலை நாமே செய்வோம். நல்லவர்களைப் படைத்து, நாட்டையே நல்ல முறையில் மாற்றுவோம். என்ன சொல்கிறீர்கள்?'

ஆனந்தக் கூத்தாடினார் கோரக்கர்! ஆஹா! அற்புதமான யோசனை. தாமதம் வேண்டாம். உடனே யாகத்தைத் தொடங்குவோம்!' என்றார்.

மாசிமகம் பௌர்ணமியில் யாகத்தைத் தொடங்கினார்கள். நியதி பிசகாமல், தூய்மையுடன்தான் யாகம் நடந்தது. ஆனாலும், தெய்வச் செயல்களை தாங்களே மேற்கொள்ள வேண்டும் என்கிற அவர்களின் அகங்காரம் இருள்மாயை, மருள் மாயை என்கிற சிவ - சக்தி கதிர்களாக வெளிப்பட்டு, யாக குண்டத்தில் விழுந்தன.

அதிலிருந்து அழகான இரண்டு பெண்கள் வெளிவந்தனர்.

இந்தச் சமயம், அந்தப் பக்கம் வந்த, அக்னிதேவனும், வருண பகவானும் அந்த இரு அழகிகளையும் பார்த்து மனம் மயங் கினார்கள். இதைக் கண்டு, 'தேவர்களும் கூட மோகத்தில் வீழ்ந்து விட்டார்களே' என்று கோரக்கரும், பிரம்மமுனியும், அதற்குக் காரணமான பெண்களின் மேல் கோபமடைந்தார்கள். கமண்டத்திலிருந்து, கையில் நீரை அள்ளியெடுத்தார்கள்.

சித்தர்கள் தங்களைச் சாபமிட்டு விடுவார்களோ என்று பயந்து போனார்கள் அக்னியும், வருணனும்.

சித்தர்கள் நீரை அந்தப் பெண்களின் மீது வார்த்தார்கள். உடனே இருவரும் இரண்டு செடிகளாக மாறினார்கள். பிரம்ம முனியின் சாபத்தால் உண்டானது 'பிரம்மபத்திரம்' (புகையிலை) என்றும், கோரக்கர் சாபத்தால் ஏற்பட்டது 'கோரக்கர் மூலிகை' (கஞ்சா) என்றும் பெயர் பெற்றன.

இந்த நிகழ்வுகளால் யாகம் நின்று போனது. சித்தர்கள் கலங்கி அழுதார்கள். 'தவம் செய்து பெற்ற சக்தியெல்லாம், சாபம் கொடுத்து இழந்து விட்டோமே... இறைவா! ஏன் இப்படி ஆனது. நாங்கள் செய்த தவறுதான் என்ன?' என்று கதறினார்கள்.

சிவபெருமான், பார்வதி தேவியுடன், அவர்கள் முன் தோன்றினார்.

‘கோரக்கா! பிரம்ம முனி! உங்கள் தவம் சிறப்பானது. ஆனாலும் தெய்வ காரியத்தை நீங்கள் செய்ய நினைத்த தாலேயே இந்த விபரீதம் நடந்தது. அதனாலேயே பெற்ற ஸித்திகளை இழந்தீர்கள். வருந்த வேண்டாம். செய்த தவத்துக்கு நிச்சயம் பலன் உண்டு. இறந்து போனவர்களைப் பிழைக்க வைக்கும் சக்தி இனி உங்களுக்குக் கிடைக்கும். அத்துடன் உங்கள் சாபத்தால் உண்டான அந்த இரண்டு செடிகளும், யோகிகளுக்கு உதவக்கூடிய கற்ப மூலிகைகளாக விளங்கும். வாழி நீங்கள்!’ என்று ஆறுதல் சொல்லி மறைந்தார்.

இதன் பிறகே, புகையிலையும், கஞ்சாவும், சித்த யோகிகளின் காயகல்ப மூலிகைகளாகப் பயன்பட ஆரம்பித்தன.

இதற்குப் பின், தன் சீடர்களுடன், சதுரகிரி மலையடைந்து தங்கினார் கோரக்கர். அங்கிருந்து அரிய நூல்கள் பலவற்றை எழுதினார்.

இவர் எழுதிய வைத்திய நூல் ‘கோரக்கர் வைப்பு’ என்று அழைக்கப்படுகிறது.

இவர் கஞ்சாவை முதல் மூலிகையாகக் கொண்டதால், அது ‘கோரக்கர் மூலி’ என்றே பெயர் பெற்றது. மற்றொரு நூலான ‘சந்திரரேகை’யில் பிற்காலத்தில் நாட்டில் ஏற்படக்கூடிய நிகழ்வுகளையும், வரப்போகும் ஆட்சிகள் பற்றியும் கூறியுள்ளார்.

இவர் பழநியில் ஸித்தி அடைந்தார் என்றும், பேரூரில் ஸித்தி அடைந்தார் என்றும் பலவிதமான தகவல் உள்ளது.

புதுச்சேரியில் உள்ள கோர்க்காடு, கோரக்கர் தவம் செய்த இடம் என்றும், அங்குதான் ஸித்தியடைந்தார் என்றும், அதன் காரணமாகவே இந்த ஊருக்கு ‘கோரக்கர் காடு’ என்று இருந்து, கோர்க்காடு என் மாறியதான தகவலும் அதில் ஒன்று.

12. தேடி வந்த தவமுனிவர்!

குதம்பைச் சித்தர்

பகவான் கிருஷ்ணன் பிறந்த, யாதவ குலத்தினரின் கிராமம் அது. கிராமத்தின் மத்தியில் ஆஸ்ரமம் போல் அழகாக அமைந்திருந்தது அந்த வீடு. யாதவகுல தலைவர் கோபாலனின் வீடு. கோபாலனின் வீட்டு முன், மக்கள் கூடி நின்றிருந்தனர்.

கோபாலனின் மனைவி நிறைமாத கர்ப்பிணியாக இருந்தாள். எந்த நிமிடத்திலும் குழந்தை பிறக்கலாம், என்கிற சூழ்நிலை!

நீண்ட வருடங்களாக குழந்தைப் பாக்கியம் இல்லாமல், கண்ணன் காலடியில் கதறி, கிடைத்த பாக்கியம் இது.

'மாதவா! மாயவா! நல்லபடியாக பிரசவம் முடிந்தால், கலயம் கலயமாக வெண்ணை சாற்றுகிறேன். பால் இனிப்புகள் படைக்கிறேன். அவல் விரும்பியல்லவா நீ... அவல் உருண்டை செய்து தருகிறேன். அருள் செய் கிருஷ்ணா!'

மனத்துக்குள் வேண்டிக் கொண்டார்.

வீட்டின் கதவு திறந்து, பிரசவம் பார்த்த பெண்மணி ஓடி வந்தாள்.

'ஐயா! ஆண் குழந்தை பிறந்திருக்கிறது. தங்களுக்கு மகன் பிறந்திருக்கிறான்!'

அவ்வளவுதான்! கிராமமே விழாக்கோலம் கொண்டு விட்டது. இனிப்புகள் பறிமாறப்பட்டன. ஆட்டம் பாட்டம் கொண்டாட்டாம்!

'ஆடிமாதம், விசாக நட்சத்திரத்தன்று பிறந்த இந்தக் குழந்தை சிறந்த ஆன்மிகவாதியாகப் புகழ் பெறுவான் என்றார் சோதிடர்.

கோபாலன் தம்பதியரின் குழந்தை அழகாக கொழுக் மொழுக் கென்று இருந்தான். பார்ப்பவர் மனங்களைக் கொள்ளை கொண்டான். புன்னகையால் வசீகரித்தான். அவனைக் கீழே இருக்க விடாமல் கிராமத்து மக்கள் மாற்றி மாற்றி தூக்கிக் கொஞ்சினார்கள்.

கோபாலனின் மனைவி, குழந்தைக்கு விதவிதமாய் அலங் காரம் செய்து வேடிக்கை பார்த்தாள். ஏராளமான நகைகளை அணிவித்தாள். காதில் குதம்பை (கம்மல் போன்ற ஆபரணம்) பூட்டினாள். 'அட... என் கண்ணே... பெண்பிள்ளை போலவே இருக்கிறாயே... எத்தனை அழகு நீ? இங்கே வா... இங்கே வா குதம்பை!' என்று அழைத்தாள்.

இவள் இப்படி அழைத்தது கண்டு எல்லோருமே குழந்தையை குதம்பை என்றே அழைத்தனர்!

குதம்பை சிறுவனாக வளர்ந்தது முதலே... காலையும், மாலையும் தினம் தவறாது கோயிலுக்கு செல்ல ஆரம்பித்தான். அங்கு ஆண்டவனுக்கு நடக்கும் பூஜையின் ஆகம விதிகள் அனைத்தையும் ஊன்றிக் கவனித்தான்.

வீட்டிற்கு வந்த பிறகும், சுவாமி நினைப்பு போகவில்லை. தன் மனத்துக்குள்ளேயே கோயில் எழுப்பி, கடவுளை நிறுத்தி,

அவருக்கு அபிஷேகம் ஆராதனைகள் நடத்திப் பார்த்தான். இதயம் பூரண திருப்தி அடைய, அதையே நாளும் தொடர்ந் தான்.

குதம்பை இளைஞரானார். குல வழக்கப்படி, மாடுகள் மேய்த்தார். பால் கறந்தார். கிராமத்து வழியே வரும், முனிவர் களையும், ரிஷிகளையும் அழைத்து வந்து, பால் பழம் தந்து பூஜித்தார். தன் வீட்டிலேயே தங்க வைத்து, ஸ்தல யாத்திரை செல்லும் அவர்களுக்கு வேண்டிய வசதிகள் செய்து கொடுத்து அனுப்பினார்.

ஏழைகளையும், துன்பப்படுபவர்களையும் கண்டால் மனம் இரங்கி விடுவார் குதம்பை! நல்ல விதமாய் உதவிகள் செய்து அவர்கள் குறை தீர்க்காமல் நகரமாட்டார். இவரின் இளகிய மனமும், நற்பண்புகளும், பக்தியுணர்வும் எல்லோராலும் பேசப்பட்டன.

ஒரு நாள்... விடியற்காலை நேரம்... சூரியப் பிரகாசத்துடன் தவஞானி ஒருவர் குதம்பையின் முன் வந்து நின்றார். குதம்பை பரவசமானார். அந்த யோகியின் கால்களில் விழுந்து வணங்கினார்.

குதம்பையை ஆசீர்வதித்த அந்த சித்த யோகி... 'குதம்பை... புளி காயாக இருக்கும் போது ஓட்டுடன் பற்றில்லாமல் தனித்து இருக்கும். நீ தெளிய வேண்டிய வேளை வந்து விட்டது' என்றார்.

குதம்பையைப் பக்கத்தில் அழைத்து அமர வைத்து... ஞான மார்க்கம் உபதேசித்தார். 'ஊதுகிற ஊற்றறிந்தால் அவனே சித்தன்' என்கிற மூச்சின் நுட்பங்களை விவரித்தார். சித்த வித்தை எனப்படும் அசபா காயத்ரியை, உடலையே பொன்னாக மாற்றக்கூடிய சக்தியை விளங்கச் சொல்லி முடித்தார்.

குதம்பை உடல் சிலிர்த்து, மனம் தழுதழுத்துப் போனார்! 'குருதேவா.. இந்த எளியவனையும், ஒரு பொருட்டாக மதித்து

அருள் உபதேசம் நடத்திய தங்களுக்கு, நான் என்ன கைம்மாறு செயவேன்?' என்று கலங்கினார்.

'குதம்பை... எது ஒன்றும் காரண காரியம் இல்லாமல் நடப்பதில்லை. எத்தனை பிறவி எடுத்தாலும் நம் விதிப்பயன் தொடரத்தான் செய்யும். நீ போன பிறவியில் உத்தமனாக, சிவ சிந்தனையுடன் கடும் தவம் செய்தாய்.

ஆனால் உன் தவம் நிறைவடைவதற்கு முன்னாலேயே, உன் ஆயுள் முடிந்து விட்டது. அந்த தவத்தின் பயன்தான், இந்தப் பிறவியில் உன்னிடம் என்னைக் கொண்டு சேர்த்திருக்கிறது. என்னால் நீ பெற்ற ஞானத்தை, இனி மக்களிடம் கொண்டு சேர்ப்பதே உன் பணியாக இருக்கட்டும். வாழி நீ!' என்று விடைபெற்றுக் கொண்டார்.

குதம்பை, குருநாதர் சொன்னதைக் கடைப்பிடித்து அனுபவம் பெற்று சிறந்த ஞானம் அடைந்தார். முழுமையான சித்தர் ஆனார்.

மக்களுக்கு நல்ல உபதேசம் அளித்தார். நல்லவர்களைத் தேடி, தான் பெற்ற ஆற்றல்களை அவர்களுக்கு வழங்கினார். மக்களின் அறியாமையையும், மூடத்தனங்களையும் சாடினார். அப்படி அவர் பாடிய பாடல்களே குதம்பைச் சித்தர் பாடல்கள் என்று அழைக்கப்படுகின்றன.

> 'கொல்லா விரதம் குளிர்பசி நீக்குதல்
>
> நல்ல விரதமடி - குதம்பாய்
>
> நல்ல விரதமடி!

-என்று உயிர்பலியைத் தடுக்கும் இவரின் பாடல்கள் எல்லாமே, குதம்பாய் என்று தன்னையே அழைத்து சொல்லிக் கொள்ளும் விதமாய் அமைந்தவைதான். இவர் சாதிப் பிரிவினை பற்றியும் கடுமையாக எதிர்த்திருக்கிறார்.

குதம்பைச் சித்தர் மாயூரத்தில் சமாதி அடைந்தார்.

13. இப்போது இருப்பது இருபத்தியோராவது பிரம்மா!

காகபுசுண்டர்

பறவைகளின் தலைவன் போல் இருந்தது அந்தக் காக்கை!

மிகப் பெரிய உருவம். பிரமாண்டமான வடிவம்! ஆனால் சாதாரண காக்கைகளுக்கே உரிய சஞ்சலம் இல்லை! ஓரப் பார்வை இல்லை! பயம் இல்லை!

பழுத்த ஞானி போல் நிதானம்! கண்களில் கருணை! சதா ராமநாத ஜெபம்!

இப்போதும் கண்மூடி ஜெபம் சொல்லிக் கொண்டிருந்தது அந்தக் காக்கை!

திடீரென்று... சுற்றியிருந்த எல்லாக் காக்கைகளும் ஒரே குரலில் 'கா...கா..கா' என்று கரைந்தன.

மற்ற பறவைகளுக்கெல்லாம் திகைப்பு! ஏன் இவ்வளவு காக்கைகளும் கத்துகின்றன.

அந்தப் பெரிய காக்கை சொல்லியது! விருந் தாளி வரப் போகிறார்.'

122

‘யார்? யார் அது? எங்கிருந்து வரப் போகிறார்?’

‘விரைவில் வருவார். அப்போது தெரிந்து கொள்ளுங்கள். இப்போது அவர் கைலாயத்தில் இருக்கிறார்!’ என்று விட்டு கண் மூடிக் கொண்டது காக்கை!

பனி மலையான கயிலாயம் கலகலப்பாயிருந்தது!

சிவபெருமான், விஷ்ணு, பிரம்மா என மும்மூர்த்திகளும், அடியார்களுமாய் ஏகப்பட்ட கும்பல்!

திருவிழாக் கொண்டாட்டம்தான்.

எல்லாம் முடிந்து, பேசிக் கொண்டிருந்தபோது, சிவபெருமான் தனக்குள் தோன்றிய சந்தேகத்தை எல்லோரிடமும் கேட்டார்.

‘இந்த உலகமெல்லாம் பிரளய காலத்தில் அழிந்து விட்ட பிறகு, எல்லோருக்கும் குருவான நமச்சிவாயம் எவ்விடத்தில் தங்கும்? நீங்கள் எல்லாம் எங்கே இருப்பீர்கள்? பிரம்மா, விஷ்ணு, ருத்ரன், மகேஸ்வரன், சதாசிவம் ஆகிய ஐவர்களும் எங்கே இருப்பார்கள்? இதைப் பற்றி எனக்குச் சொல்லுங்கள்’ என்றார்.

அவ்வளவுதான்... அந்த இடமே நிசப்தமாகிவிட்டது! யாரும் பதில் சொல்லவில்லை. மௌனமாய் இருந்தார்கள். ஏனெனில் அதற்கான பதில் யாருக்கும் தெரியாது.

சிவபெருமான் எல்லோரையும் பார்த்தார். அத்தனை முகங்களிலும் திகைப்பு! குழப்பம்! மார்கண்டேயன் முகத்தில் மட்டும் புன்னகை! ‘மார்கண்டேயா, உனக்கு ஏதோ தெரியும் போலிருக்கிறதே!’ என்றார் சிவபெருமான்.

‘எனக்கு விடைதெரியாது மகாதேவா! ஆனால் விடையை அறிந்து கொள்வதற்கான வழியை யார் சொல்லுவார் என்று தெரியும்!’ என்றவர், மகாவிஷ்ணுவிடம் திரும்பி, ‘திருமாலே... இனி நீங்கள்தான் சொல்ல வேண்டும்! எல்லோரும் பேசாமல் இருந்தால் எப்படி?’ என்றார்.

திருமால் மெல்லச் சிரித்தார். 'எனக்கும் தெரியாது! இதைத் தெரிந்தவர் காகபுசுண்டர் மட்டுமே!' என்றார்.

'என்ன? அந்தக் காக்கை ரிஷிக்கு தெரியுமா? நிஜமாகவா!' ஆச்சரியத்துடன் கோரஸாகக் கேட்டார்கள்.

'ஆமாம்! போன பிரளயத்தின் போது எல்லாம் அழிந்து போயின. ஆலிலை மேல் பள்ளி கொண்டிருந்த, என்னிடமும் சித்துக்கள் எல்லாம் ஒடுக்கமாயிருந்தன. தூங்காமல் தூங்கி அறிதுயிலில் இருந்தேன் நான். என் சுதர்சன சக்கரம் மட்டும், காலத்தின் வேகத்தைக் காட்டிலும், மிக வேகமாகச் சுழன்று கொண்டிருந்தது.

அந்தச் சக்கரத்தின் வேகத்தை யாராலும் தடுக்க முடியாது. அப்போதுதான் அந்தப் பக்கம் காகபுசுண்டர் வந்தார். அசுர வேகத்தில் சுற்றிக் கொண்டிருந்த சுதர்சன சக்கரத்தை ஒரு நொடி ஓடாமல் நிறுத்திவிட்டு தாண்டிச் சென்றார். இதிலிருந்தே அவருடைய வல்லமையை அறிந்து கொண்டேன்' என்றார் விஷ்ணு.

பின் வசிஷ்டரிடம் சொன்னார். 'வசிஷ்ட மாமுனியே, நீங்களே காகபுசுண்டரிடம் சென்று கேட்டுவரத் தகுதியானவர். போய் காகபுசுண்டரிடம் கேட்டு வந்து ஈசனின் சந்தேகத்தைப் போக்குங்கள்!'

காகபுசுண்டர் இருக்கும் மேருமலைக்குச் சென்றார் வசிஷ்டர். அந்த இடமே பறவைகள் வனம் போல் பிரமிக்க வைத்தது.

வசிஷ்டரைக் கண்ட பறவைகள்...! பிரம்மரிஷியே... வருக... வருக! என்று வரவேற்றன. அலகுகளால் பூக்கள் பறித்து, அவர் மேல் அர்ச்சித்தன. வசிஷ்டர் மனம் மகிழ்ந்தார். அவைகளை ஆசிர்வதித்தார்.

சற்று தூரத்திலேயே மிகப் பெரிய ஆலமரப் பொந்தில் அமர்ந்திருந்தார் காகபுசுண்டர். நாம் ஆரம்பத்தில் சந்தித்த காக்கை.

இப்போது மனித வடிவில்தான் இருந்தார் அந்தச் சித்தர். தியான நிலையில் தவம் செய்து கொண்டிருந்தவர் வசிஷ்டர் வருகையை உணர்ந்து கண் விழித்தார்.

'வாருங்கள் மகரிஷியே... வாருங்கள்! உங்கள் வரவு நல்வரவு ஆகட்டும்!' என்று வரவேற்றார். அமர வைத்தார். சாப்பிட பழங்கள் தந்தார். பிறகு கேட்டார்.

'வசிஷ்ட மாமுனியே... தங்கள் வருகையால், எங்கள் இடம் புனிதமடைந்தது. சொல்லுங்கள், தங்கள் வருகையின் நோக்கம் என்ன? என்னிடமிருந்து என்ன அறிய விரும்பு கிறீர்கள்?'

'காகபுசுண்டரே, திருமாலே அதிசயப்படும் வல்லமையாளர் நீங்கள்! முதலில் உங்களைப் பற்றி அறிந்து கொள்ளவே விரும்புகிறேன்!'

'பிறவிகளுக்குத் தக்கபடி எனக்குப் பல பெயர்கள்! இருந் தாலும் என்னைப் பொதுவாக புசுண்டர் என்பார்கள். புஜங்கர், காக புஜண்டர் என்றும் அழைக்கப் படுவதுண்டு!'

'தாங்கள் காக்கை வடிவத்தில் இருப்பதினாலேயே காகபு சுண்டர் என்று அழைக்கப்படுவதை அறிவேன். எதனால் இந்தக் காக்கை வடிவம்?'

காகபுசுண்டர் மெல்லச் சிரித்துக் கொண்டார். 'அதுவா? அது, ஒரு சாபமே, வரமான விந்தைக் கதை! அதைப் பற்றி பின்னால் விரிவாகச் சொல்கிறேன். அந்த சாப வரத்தின் காரணமாகவே, நான் யுக யுகங்களாய் பல யுகங்கள் வாழ்ந்து வருகிறேன். எல்லாம் அந்த சிவனின் அருள்!'

'இதுவரை எத்தனை யுகங்களைப் பார்த்துள்ளீர்கள்?'

'நான் கண்டவற்றைச் சொல்கிறேன். நீங்களே புரிந்து கொள்ளுங்கள். மனிதருக்கு 365 வருடம் என்பது தேவர்களுக்கு ஒரு வருடம். இந்தக் கணக்கின்படி ஒரு பிரம்மனுக்கு நூறு

125

வருடம் ஆயுட்காலம். அதன் பிறகே பிரம்மன் இறப்பான். இப்போது நான் பார்ப்பது இருபத்தொன்றாவது பிரம்மா!'

வசிஷ்டர் மூர்ச்சையாகாத குறை! பிரமித்துப் போனார் அவர்.

'காகபுசுண்டரே, தங்கள் வார்த்தைகள் எனக்கு பிரமிப்பையே ஏற்படுத்துகின்றன. தாங்கள் போன்ற மகானின் தரிசனத்தால் நான் மிகப் பெரிய பேறு பெற்றேன்! அளவில்லாத ஆயுளும், முக்தியையே செல்வமாய் பெற்ற சிரஞ்சீவியே... தங்களின் வரலாற்றை அறிய விரும்புகிறேன்!' என்றார்.

'சொல்கிறேன் வசிஷ்டரே! விந்தை என்னவென்றால், எந்தக் காக்கையின் வடிவத்தை நான் பின்னாளில் சாபமாகப் பெற்றேனோ, அந்தக் காக்கைதான் என் முதல் பிறவி. ஒரு முறை தேவலோகத்தில், சக்தியின் அம்சமான எட்டுத் தேவிகளும், சிவசக்திக்குப் பூஜை செய்து வழிபாடு நடத்தினார்கள். விருந்து, ஆடல், பாடல் என்று கோலாகலமாக நடந்து விழாவின் முடிவில், தேவிகளின் வாகனங்களான ஏழு அன்னங்களும், சுண்டன் என்கிற காக்கையும் மது மயக்கத்தில் கூடி இன்பமடைந்தன. இதன் காரணமாக பெண் அன்னங்கள் ஏழும் இருபத்தோரு அன்னக் குஞ்சுகளையும், ஒரு காக்கையையும் முட்டையிட்டுப் பொரித்தன. அந்தக் காக்கையே நான்!'

'ஆஹா! அதற்குப் பிறகு...'

'வேறென்ன! மீண்டும், மீண்டும் பிறவிகள்! ஒரு முறை, மனிதனாய் பிறந்து பாம்பாக மாறியதும் நடந்தது!'

'அடடா! அது என்ன புசுண்டரே!'

காகபுசுண்டர் சொல்ல ஆரம்பித்தார்.

அப்போது பதினான்காவது கலியுகம் நடந்து கொண்டிருந்தது. காகபுசுண்டர் அயோத்தியில் ஒரு ஆச்சாரமான சைவ குடும்பத்தில் பிறந்தார், வளர்ந்தார். அப்போது அவர் பெயர் சிவநேசன். சிவநேசன் சிறந்த சிவபக்தராக இருந்தார்.

சிவனைத் தவிர மற்ற தெய்வங்கள் எவரையும் ஏற்றுக் கொள்ளாமல், இகழ்ந்து பேசி வந்தார்.

சிவநேசன் மேலும், கல்வியையும், திறமையையும் வளர்த்துக் கொள்வதற்காக, உஜ்ஜயினிக்குப் பயணமானார். அங்கு வேத விற்பன்னராயிருந்த வேதியரிடம் சீடராகச் சேர்ந்தார்.

கல்வியும், திறமையும் கூடக்கூட சிவநேசனின் மனதில் திமிரும், அகங்காரமும் சேர்ந்து கொண்டன. அதன் விளை வாக திருமாலை இகழ்ந்து பேசியும், திருமால் அடியார் களுக்குத் தீங்குகள் செய்தும் திரிந்தார்.

சிவநேசனின் செயல்கள், குருவின் காதுக்குச் சென்றன. அவர் சிவநேசனை அழைத்து புத்திமதிகள் சொன்னார்.

‘சிவநேசா உன் செயல்கள் எனக்கு வருத்தத்தையே உண்டாக்குகின்றன. பகவான் விஷ்ணுவை விளையாட்டாகக் கூட நிந்திக்காதே. பிரம்மாவும், சிவனும் கூட விஷ்ணுவை வணங்கிப் பூஜித்திருக்கிறார்கள். அரியும், சிவனும் ஒன்று என அறியாதவர்கள் மண்ணுக்குச் சமமாகக் கருதப்படுவார்கள். அதுவும் தெய்வங்களின் அடியார்களுக்கு நீ செய்யும் கேடுகள், அந்த தெய்வத்துக்கே செய்யும் கேடுகள் என்பதை நினைவில் கொள். இனியாவது திருந்து!’ என்றார்.

குருவின் புத்திமதிகள், சிவநேசனை மேலும் ஆத்திர மூட்டவே செய்தன. விஷ்ணுவை வணங்கச் சொல்லும் குருவை வெறுக்க ஆரம்பித்தார்.

ஒருமுறை சிவநேசன் வழக்கம்போல் மகாகாலேஸ்வரர் கோயிலில் அமர்ந்து ஜபம் செய்து கொண்டிருந்தார். அப்போது அவருடைய குருநாதர் அங்கே வந்தார். ஆணவம் கொண்டு இருந்த சிவநேசன் குருநாதரைக் கண்டும், காணாததுபோல், அலட்சியம் செய்தார்.

சிவநேசனை நன்கு அறிந்திருந்த குருநாதர் இதைப் பெரிதாக எடுத்துக் கொள்ளவில்லை, என்றாலும் கோயிலின் மூலவரான காலேஸ்வரருக்கு பொறுக்க முடியவில்லை. கோபத்துடன் பொங்கியெழுந்தார்.

'அடே சிவநேசா! ஆணவத்தால் அறிவை இழந்த மூடனே, குருவையே அலட்சியம் செய்த உன் செயலை இனியும் நான் பொறுக்கப் போவதில்லை. குருநாதரை மதிக்காமல் மலைப் பாம்பு போல் உட்கார்ந்து இருந்த மதி கெட்டவனே. நீ பாம்பாகவே மாறி, மரப்பொந்தில் கிடப்பாய் போ!' என்று சாபமிட்டார்.

சிவநேசனை விடப் பலமடங்கு துடித்துப் போய்விட்டார் குரு. காலேஸ்வரரை போற்றித் துதித்தார். 'ஆண்டவா! இது கலியுகம்... எப்பேர்ப்பட்ட உத்தமர்களும், மாயையின் பிடியில் மயங்கி தவறிழைப்பது சாதாரணமானதுதானே? கருணை காட்டுங்கள் இறைவா. சாப விமோசனம் அளியுங் கள்!' என்று மண்டியிட்டார்.

காலேஸ்வரரின் கோபம் தணிந்தது.

'வேதியரே... சீடருக்காக வருத்தப்பட்ட தங்களின் மன உயர்வு எனக்கு மகிழ்ச்சியளித்தது. ஆனாலும் என் சாபம் பொய்யா காது. இவன் பல பிறவிகள் எடுக்கப் போவது நிச்சயம், ஆனால் அந்தப் பிறப்புகளில் ஏற்படும் பிறப்பு - இறப்பு துன்பங்கள் எதுவும் இவனை ஒன்றும் செய்யாது. எல்லாப் பிறவிகளிலும் இவன் பெற்ற தத்துவ ஞானம் எப்போதும் இருக்கும்!'

இனி என் அருளால், இவன் மனதில் ராம பக்தி என்றும் நிலைத்திருக்கும்!' என்று கூறிவிட்டு மறைந்தார்.

சிவநேசன் என்ற காகபுசுண்டர் இதற்குப் பிறகு விந்திய மலையில் பாம்பாகப் பிறந்து, ஆயுள்வரை வாழ்ந்து இறந்தார்.

காகபுசுண்டர் கதை சொல்லி நிறுத்தியவுடன், வசிஷ்டர் ஆவலாகக் கேட்டார்.

'ராம பக்தியை நிரந்தரமாகப் பெற்ற நீங்கள், பின்னர் ராமபிரானைத் தரிசித்தீர்களா?'

காகபுசுண்டர் சிலிர்ப்புடன் சொன்னார். 'ஒருமுறையா? இருமுறையா? ஒவ்வொரு யுகத்தின் போதும் தவறாமல்

128

நடைபெறும் ராம அவதாரத்தின் போது, காக்கையாய் நான் நிச்சயம் அங்கிருப்பேன். பாலகனாய் அவர் சுற்றித் திரியும் போதெல்லாம் கூடவே திரிவேன், விளையாடுவேன், அவர் சாப்பிடும் கிண்ணத்திலிருந்து, இரையும் சாதப் பருக்கைகள் தான் நான் சாப்பிடும் பிரசாதம்! ஆஹா! ராமன் உண்ட எச்சில் தேவாமிர்தம் அல்லவா? ராமனின் ஸ்பரிசம் பட்டது இந்த காக்கையின் உடலில்தான்! அதனாலேயே இந்த உடல் புனிதமடைந்தது மகரிஷி' என்றார்.

'இந்த காகத்தின் உடல் ஏதோ சாபம், வரம் என்றீர்களே?' கேட்டார் வசிஷ்டர்.

'ஆம்! அது என் கடைசி பிறவியில் நிகழ்ந்தது! சிவநேசனாக இருந்து, எந்த ராமனை சொல்லாலும் வெறுத்தேனோ, அந்த ராமனைத்தான் இந்தக் கடைசிபிறவியில் அளவுக்கதிகமாக நேசித்தேன். அதனால்தான் சாபம் பெற்றேன்!' என்றவர் அதைப் பற்றிச் சொல்லத் துவங்கினார்.

காகபுசுண்டர் இந்தப் பிறவியில், ஒரு அந்தணர் குலத்தில், மாதவன் என்கிற பெயரோடு பிறந்தார். மகாகாலேஸ்வரர் அருளின் காரணமாக இந்தப் பிறவியிலும் ராம பக்தியில் சிறந்தவராக விளங்கினார். ஆனால் படிப்பில்தான் நாட்டம் இல்லாதவராக இருந்தார். இதைப் பார்த்து வருந்திய பெற்றோர்கள் ஒருவர் பின் ஒருவராக இறைவன் அடி சேர்ந்தார்கள். மாதவன் ஆதரவற்றவரானார்.

ஒருநாள் மேரு மலையை அடைந்தபோது அங்கு லோமச முனிவர் அமர்ந்திருந்தார்.

மாதவன் அவர் காலடியில் பாதம் வணங்கி எழுந்தான்.

'மாமுனியே... என் சிந்தையெல்லாம் ராம தரிசனத்தின் மீதே உள்ளது. ராமதரிசனத்துக்கு வழி சொல்லுங்கள்' என்று வேண்டினான்.

'மாதவா... இறைவனைத் தரிசிக்க வேண்டுமானால், முதலில் நீ உன்னை அறிய வேண்டும். இறைவனும், உயிரும் வேறு

வேறு அல்ல. எல்லாம் ஒன்றே! பிரம்மமே நீ! நீயே பிரம்மம்! பிரம்மம் தூய்மையானது, அழிவற்றது, உருவம் இல்லாதது. பிரம்மத்தை உணர்ந்தால், அந்த ஆனந்தத்தை நீ அறிவாய்! முதலில் அதற்கு முயற்சி செய்!' என்றார்.

மாதவனுக்கு அவர் சொல்வது விளங்கவில்லை. நம்மை ஏதோ திசை திருப்பப் பார்க்கிறார் என்று சந்தேகம் கொண்டார்.

'முனிவரே... என்னை திசை மாற்றாதீர்கள். தயவுசெய்து ராம தரிசனத்துக்கு வழி சொல்லுங்கள்!' திரும்பத் திரும்ப கெஞ்சினார்.

மாதவனின் வார்த்தைகள் லோமசரை கோபப்படுத்தின.

'முட்டாள் நீ! உனக்குப் போய் உபதேசம் செய்தேனே! நான் சொல்வதை நம்ப மறுப்பவனே, காக்கைகள்தான் எதையும் சந்தேகிக்கும்! யாரையும் நம்பாது! பயப்படும்! நீயும் காக்கை போலத்தான் இருக்கிறாய். அதனால் நீ காக்கையாகவே மாறிப் போ!' என்று சாபமிட்டார்.

முனிவரின் சாபம் பலித்தது. அந்த நொடியே காக்கையாக மாறினார் மாதவன். மாதவன் பயப்படவில்லை. பதற வில்லை. கோபம் கொள்ளவில்லை. சாபத்தை அப்படியே ஏற்றுக் கொண்டார். லோமசரை வணங்கி விட்டு. ராம ஜெபத்துடன் வானில் பறக்கத் தயாரானார்.

மாதவனின் பொறுமை லோமசரின் மனதை மாற்றியது. கோபம் தணிந்தது.

'மாதவா! வருத்தப்படாதே... நடந்தது எல்லாம் நன்மைக்குத் தான். நீ கொண்ட ராம பக்தி, உன்னை யுகயுகங்களுக்கும் கரை சேர்க்கும்! ஆசைகள் அறுத்தவனே... விரும்பிய உருவத்தை எடுக்கும் சக்தி இனி உனக்குக் கிடைக்கும். நீ விரும்பும்போது மட்டுமே மரணம் உன்னிடம் வரும். காலம், கர்மம், மாயை போன்ற துன்பங்கள் உனக்குக் கிடையவே கிடையாது' என்று வாழ்த்தி வழியனுப்பினார்.

130

காக வடிவாக மாறிய காகபுசுண்டர், அதன் பின் பல யுகங்கள் கண்டார். ஒவ்வொரு பிரளயத்தின் போதும், எல்லாம் அழி யும். அப்போது காகபுசுண்டர் ஆகாயத்தில் சென்று, தன் யோக ஸித்தியின் மூலம் அசையாமல் நின்றிருப்பார். பிரம்மன் மீண்டும் உலகை சிருஷ்டி செய்யும்போது, மறுபடி கீழிறங்கி, தன் இருப்பிடத்துக்கே வந்து விடுவார்.

காகபுசுண்டர், தன் வரலாறு முழுவதும் சொல்லி முடித்தார்.

வசிஷ்டர், இன்னும் வியப்பிலிருந்து விடுபடமுடியாதவராய் இருந்தார்.

காகபுசுண்டரை கயிலை மலைக்கே அழைத்துச் சென்றார்.

காகபுசுண்டர் சிவபெருமானின் சந்தேகங்களுக்கு விரிவாக விடையளித்தார்.

அனைத்தையும் கேட்டு மகிழ்ந்த சிவபெருமான் காகபு சுண்டரிடம் 'காகபுசுண்டரே, நீர் பெற்ற ஞானம், பக்தி, கல்வி, அனைத்தும் மக்களைச் சேரும்படி, அவர்களை அறியாமை யில் இருந்து மீட்கும்படி நூல்கள் எழுத வேண்டும்' என்று கேட்டுக் கொண்டார்.

அதன்படியே காகபுசுண்டர், ஏராளமான நூல்கள் எழுதினார்.

காகபுசுண்டன் பெருநூல் காவியம், காகபுசுண்டர் மெய்ஞான விளக்க சூத்திரம், ஞான காவியம், உபநிடதம், ஞானக் குறள் போன்ற நூல்கள் இப்போதும் நம்மிடையே இருக்கின்றன.

காகபுசுண்டரின் மனைவி பகுளாதேவி என்பவர். இவர்கள் தம்பதி சமேதராக கள்ளக் குறிச்சி, தென் பொன்பரப்பு கிராமத்தில் ஜீவசமாதி அடைந்தார்கள்.

ஆனால் திருஞான சம்பந்தருக்கு திருமணம் நடந்தபோது, அங்கு உண்டான ஜோதியில் கலந்து காகபுசுண்டர் முக்தி யடைந்தார் என்றும் சொல்லப்படுகிறது.

14. ஆழ்வார் அழித்த ஆணவம்!

கொங்கணர்

திருவள்ளுவர் வீடு!

உலகப் பொதுமறையான திருக்குறள் தந்த மகான், தறியில் துணி நெய்து கொண்டிருந்தார்.

உச்சிப்பொழுது ஆகி விட்டதால் தறியி லிருந்து எழுந்து பின்பக்கம் சென்று கால் கை அலம்பித் திரும்பினார்.

இலையின் முன் அமர்ந்த திருவள்ளுவருக்கு சாப்பாடு பறிமாறத் தொடங்கினார் வாசுகி அம்மையார்.

அப்போது வாசலில் யாசகத்துக்கு வந்து நின்றார் ஒரு ரிஷி. அவர் சித்த புருஷரான கொங்கணர்!

'தாயே!பிச்சைக்கு வந்திருக்கிறேன்; ஏதாவது உணவிடுங்கள்.' என்று குரல் கொடுத்தார்.

உள்ளிருந்து ஏதும் மறுமொழி இல்லை. கொங்கணர் மீண்டும் கேட்டார். 'தாயே...

132

மிகுந்த பசியோடு வந்திருக்கிறேன். சாப்பிட ஏதாவது கொடுங்கள்.'

இப்போதும் ஏதும் பதில் இல்லை. கொங்கணரால் பசி தாங்க முடியவில்லை. மெல்லக் கோபம் ஏறியது. அதுவும் சாதாரணப் பசியா? நீண்ட நாள் தவத்தில் இருந்தவர் கொஞ்ச நாழிகைக்கு முன்தான் தவத்தில் இருந்து கலைந்தார். இல்லை யில்லை...! அவரைத் தவத்தில் இருந்து கலைத்தது ஒரு கொக்கு!

அப்போது ஆழ்ந்த தவத்தில் இருந்தார் கொங்கணர். அவர் மேல் பறந்து சென்ற கொக்கு போகிற போக்கில் தலையின் மேல் எச்சமிட நிஷ்டையிலிருந்து கலைந்தவர் அண்ணார்ந்து பார்த்தார். கோபத்துடன் பார்த்த பார்வையில் பொசுங்கிப் போனது கொக்கு!

நீண்ட வருடங்கள் தவத்திலிருந்து விழித்ததால் பயங்கரமாகப் பசித்தது. கொஞ்சமாவது உணவு எடுத்துக் கொள்ளலாம் என்று ஊருக்குள் புறப்பட்டார் கொங்கணர். கண்ணில் பட்ட முதல் வீட்டு வாசலில் நின்று பிச்சை கேட்டார். அது திருவள்ளுவர் வீடு.

நாழிகைதான் ஆனது. யாரும் வருவதாயில்லை, பதிலும் தருவதாயில்லை! கொங்கணரின் கோபம் உச்சத்துக்குப் போனது. வேறு வீடு போகலாம் என்று நகரத் தயாரானபோது வீட்டுக்குள்ளிருந்து வாசுகி அம்மையார் உணவுத்தட்டுடன் வெளியே வந்தார். 'பெரும் சித்த யோகியான தன்னைப் போய் கேவலம் இந்த இல்லத்தரசி இத்தனை நேரம் காக்கவைத்து விட்டாளே' என்ற கோபத்துடன் வாசுகியை முறைத்தார் கொங்கணர்.

கொங்கணரின் கோபத்தைப் பொருட்படுத்தாமல் மெல்லிய புன்னகையுடன்,

'கொக்கென்று நினைத்தீரோ

கொங்கணரே!' என்றார் வாசுகி அம்மையார்.

கொங்கணர் இடி விழுந்தது போல் ஆனார்!

மிகுந்த வெட்கத்துடன் அந்தக் கற்புக்கரசியிடம் 'அம்மையே! ஐம்புலன்களையும் அடக்கிய சித்தனானாலும் சில சமயங் களில் கோபம் கண்களை மறைத்து விடுகிறது. அது தவறு தான். என்னை மன்னித்துக் கொள்ளுங்கள். அம்மா! ஒரு சிறிய சந்தேகம்! இங்குள்ள உங்களுக்கு காட்டில் நடந்த கொக்கு நிகழ்ச்சி எப்படித் தெரிந்தது?'

வாசுகி அம்மையார் ... 'ரிஷியே.. உங்களுக்குப் பதில் சொல்ல எனக்கு நேரமில்லை. என் கணவர் உறங்கப் போகிறார். அவருக்கு நான் பணிவிடை செய்ய வேண்டும். நீங்கள் ஊருக்குள் கடைத்தெருவுக்குச் சென்று தர்மவியாதன் என்ப வரைச் சந்தியுங்கள். எல்லாம் உங்களுக்குப் புரியும்!' என்றவர், 'முதலில் சாப்பிட்டு விட்டுச் செல்லுங்கள்.' என்று விட்டு உள்ளே போனார்.

கொங்கணர் அவசரம் அவசரமாகச் சாப்பிட்டு விட்டு, கடைத் தெருவுக்குப் போனார். தர்ம வியாதன் யார் என்று விசாரித்தார்.

தர்ம வியாதன் ஒரு இறைச்சிக் கடைக்காரர். அவர் தன் பெற்றோர்களுக்குப் பணிவிடை செய்வதையே முதற் கடமையாகக் கொண்டவர். தொழிலில் நேர்மை உடையவர், ஒழுக்கசீலர், இரக்க குணமுடையவர் என்று தெரிய வந்தது. அவரைத் தேடிப் போனார்.

கொங்கணர் வருவதைப் பார்த்த தர்ம வியாதன் கடையை விட்டு வந்து 'வாருங்கள் கொங்கணரே!' என்று வரவேற்றார். 'வாசுகி அம்மையார்தானே அனுப்பி வைத்தார்?' என்று கேட்டார்!

கொங்கணர் வியப்படைந்தார். 'ஆம்! உங்களுக்கு எப்படித் தெரியும்?' என்றார்.

'வாருங்கள்...வந்து அமருங்கள்..சொல்கிறேன்!' என்று பணிவுடன் கொங்கணரை உபசரித்தார் தர்ம வியாதன். பின் சொன்னார்.

'மகா சித்தரே! எவர் ஒருவர் அவரவர் கடமையை சிரத்தை யாகவும், உள்ளன்போடும், பக்திபூர்வமாகவும் ஏற்றுச் செய் கிறார்களோ, அவர்களுக்குள் தானாகவே சில சக்திகள் மலர ஆண்டவன் அருள் புரிகிறான். கடமையிலிருந்து விலகாதிருப் பவர்களை எந்த சாபமோ, பாவமோ ஒன்றும் செய்வதில்லை. வாசுகி அம்மையார் அவர் கணவரின் தொண்டில் கருத்தாக இருக்கும்போது தாங்கள் குறுக்கிட்டு யாசகம் கேட்டீர்கள். அதை முடித்து வரும்வரையில் காக்கக்கூட தங்களுக்குப் பொறுமையில்லை. கோபப்பட்டீர்கள். கற்பு நெருப்பின்முன் தங்களின் கோப நெருப்பு என்னசெய்யும்? முக்காலமும் உணர்ந்த தாங்களே இதைச் சுலபமாகப் புரிந்து கொண்டிருக்க முடியும். ஆனால்... 'பெரும் சித்த யோகியான என்னைப் போய், கேவலம் ஒரு இல்லத்தரசி காக்க வைப்பதா?' என்று நீங்கள் கொண்ட ஆணவம்தான் எதையும் அறியாது மறைத்து விட்டது.' என்று விளக்கினார்.

கொங்கணர் உண்மை உணர்ந்து கொண்டார். 'ஆமாம்...தர்ம வியாதரே! ஒருவனின் தன்னடக்கமே அவனை தெய்வ நிலைக்கு உயர்த்தும் என்பதை உணர்ந்தும் நான் ஆணவ மாயையால் கண் மூடிப் போனேன். இதோ தங்களால் விழிப்புற்றேன். நன்றி!' என்று கூறி விடைபெற்றார்.

குறுகிய காலத்தில் கொங்கணருக்கு நேர்ந்த இரண்டாவது சோதனை இது! அப்படியானால் முதல் சோதனை என்ன?

அதற்கு முன் கொங்கணரைப் பற்றிப் பார்ப்போம்!

கொங்கணரின் தாய் தந்தையர் இரும்பை உருக்கி பாத்திர பண்டங்கள் செய்து கோயில் வாசலில் விற்று வந்தவர்கள். கொங்கணரும் பெற்றோர்களுக்கு உதவியாக அதே தொழிலைச் செய்து வந்தார். சிறு வயதிலிருந்தே கோயில் வாசலில் ரிஷிகளையும், முனிவர்களையும் பார்த்துப் பேசி பழகி, அவர்களுக்கு உதவியாக இருந்து வந்ததால், கொங் கணருக்கு பக்தி மார்க்கத்திலேயே மனம் லயித்துக் கிடந்தது. ஆனால் பெற்றோர்களின் வற்புறுத்தலால் திருமணம் செய்து

135

கொண்டு இல்லற வாழ்வில் ஈடுபட நேர்ந்தது. கொங் கணருக்கு குடும்பத்தில் பிடிப்பில்லை. சிற்றின்பத்தில் ஆசை யில்லை. தாமரை இலைத் தண்ணீர் போலவே தத்தளித்துக் கொண்டிருந்தார்.

விரைவிலேயே அவர் விடுபட வேண்டிய நேரம் வந்தது.

ஒருநாள் பாத்திரங்களை எடுத்துக் கொண்டு, இவர் வீதியில் சென்று கொண்டிருந்தபோது ஒரு சாது இவர் கையைப் பற்றி இழுத்து நிறுத்தினார்.

'பாத்திரம் ஒன்று பிரயோசனமின்றி நசுங்கிக் கிடக்கிறது! அதை நீ என்ன செய்வாய்?' என்று கேட்டார்.

'கொடுங்கள் ஸ்வாமி! அதை உருக்கி வார்ப்படத்தில் போட்டு புதிய பாத்திரமாக வடிவமைத்துத் தருகிறேன்!'

'அப்படியா? உன் மனமும் அப்படித்தானே லௌகீகத்தில் பிடிப்பில்லாமல் நசுங்கிக் கிடக்கிறது! அதை எப்போது வார்ப்படம் இடப் போகிறாய்?'

'ஸ்வாமி எல்லாம் அறிந்தவர் நீங்கள். சரியாகத்தான் சொன்னீர் கள். நானும், என் பிறவியை புது வார்ப்படம் இட்டு வடி வமைப்பவரைத்தான் தேடிக்கொண்டிருக்கிறேன். அதற்கான காலம்தான் இன்னும் வரவில்லை.'

'வந்து விட்டதப்பா...வந்து விட்டது! போ! உனக்கான ஞானகுரு காட்டின் விளிம்பில் காத்திருக்கிறார். உடனே சென்று கடைத்தேறும் வழியைப் பார்.'

'நன்றி ஸ்வாமி...நன்றி! இதோ இப்போதே புறப்பட்டு விட்டேன்!' அனைத்தையும் அப்படியே போட்டு விட்டு பரவசமாய் காட்டை நோக்கி ஓடினார்.

காட்டின் துவக்கத்திலேயே, ஒரு வில்வ மரத்தடியில் நின்று கொண்டிருந்தார் ஞானசித்தர் போகர்.

'வா! கொங்கணவா வா! உனக்காகத்தான் காத்திருக்கிறேன். போகலாமா?'

'ஸ்வாமி.. உங்களுடன் நான் எங்கும் வரத் தயார். ஆனால் கொங்கணவா என்று அழைத்தீர்களே, அது...'

'நீ...கொங்குநாட்டில் பிறந்தவன்தானே? அதனால்தான் கொங்கணவா என்றேன். இனி உன் பெயர் அதுதான்!' என்றார் போகர்.

கொங்கணர் ஆனந்தக் கண்ணீருடன் போகரின் கால்களில் விழுந்தார்.

அன்று முதல் கொங்கணரை தன்னுடனே அழைத்துக் கொண்டு காடு மேடுல்லாம் சுற்றினார் போகர். கற்பக மூலிகைகளின் ரகசியங்களைக் கற்றுக் கொடுத்தார். வேதியியல் முறைகளைச் சொல்லிக் கொடுத்தார். மருத்துவத் தன்மையை முழுமையாய் விளக்கினார். கொங்கணர் கற்றுத் தேறியதும், படிப்படியாக தவம், தியானம், யோகம் எல்லா வற்றையும் விளக்கி கடைசியாக ஞான உபதேசம் அருளினார்.

போகரிடம் உபதேச காலம் முடிந்ததும், அடுத்ததாக அகத்தி யரிடம் சென்று சீடரானார் கொங்கணர். அவரிடம் சித்த நெறிகளும், சித்த வைத்தியமும் கற்று, சிவனருள் பெறும் மந்திர உபதேசம் பெற்றார்.

'கொங்கணா! என்னிடமும் போகரிடமும் கற்ற அனைத்து சித்திகளும் மேலும் சிறப்புற, நீ முதலில் தவம் செய்வதே நல்லது.' என்று சொல்லி விடை கொடுத்தார் அகத்தியர்.

அகத்தியர் சொன்னபடி, மனிதர்கள் நடமாட்டமில்லாத அடர்ந்த காட்டுக்குள் சென்று தனிமையான ஓரிடத்தில் அமர்ந்து தவத்தில் ஆழ்ந்தார் கொங்கணர்.

மழை, பனி, வெயில், வசந்தம் எதுவும் அறியாமல் பன்னி ரண்டு ஆண்டுகள் கடுமையான தவத்தில் இருந்தார். முழு சித்த புருஷராக தவத்தில் இருந்து மீண்டார்.

தவத்தின் மூலம் கிடைத்த வலிமையை மேலும் பெருக்கிக் கொள்ள யாகம் செய்யத் தீர்மானித்தார்.

அப்படி கொங்கணர் யாகம் செய்யத் தொடங்கிய போது, அங்கே கோபத்துடன் தோன்றினார் கௌதம ரிஷி.

'கொங்கணா! யாகம் செய்வதற்கென்று சில விதிமுறைகள் உள்ளன. என்னைப் போன்ற பெரிய ரிஷிகள்தான் யாகம் செய்ய வேண்டும். ஆனால் நீ சில சித்து வேலை சக்திகளுக்கு ஆசைப்பட்டு யாகம் செய்யத் துவங்கி விட்டாய். ஆகவே இதுவரை நீ பெற்ற சக்திகளை இழந்து போவாய்!' என்று சாபமிட்டார்.

கொங்கணர் திடுக்கிட்டுப் போனார். கௌதம ரிஷியின் கால்களைப் பிடித்துக் கொண்டு கதறினார்.

'மகா ரிஷியே.. அடியேன் அறியாமல் செய்த தவறை மன்னித்துக் கருணை காட்டுங்கள்' என்று வேண்டினார்.

'கொங்கணா...தில்லைவனத்துக்குப் போ! சாப விமோசனம் கிடைக்கும்.!' வழி சொல்லி மறைந்தார் கௌதமர்.

கொங்கணர் தில்லைக்குப் புறப்பட்டுப் போனார். அம்பி கையைத் தொழுதபடி சாப விமோசனத்துக்காக காத்திருந்தார்.

அந்தச் சமயத்தில் தில்லைக்கு வந்தார் பராசர ரிஷி. அவரைச் சென்று சந்தித்தார் கொங்கணர்.

'வருந்தாதே கொங்கணா! நடந்தவற்றையெல்லாம் நான் அறிவேன். இனி நீ நினைத்தது ஈடேறும்!' என்று சொன்ன பராசர ரிஷி கொங்கணரின் சாபத்துக்கு நிவாரணம் தந்து, அவர் விருப்பப்படி யாகம் செய்ய வரமும் அளித்தார்.

கொங்கணர் மீண்டும் யாகத்தைத் தொடங்கினார். மீண்டும் அங்கு தோன்றினார் கௌதம ரிஷி!

'கொங்கணா...இம்முறை நான் உன் யாகத்தைத் தடுக்கப் போவதில்லை. ஸித்திகளைப் பெறும் உன் ஆசையில் குறுக்கிடப் போவதுமில்லை. இதனால் மனிதர்களின் தொல்லைதான் அதிகமாகும். உனக்கும் ஆணவம் ஏற் படலாம். இதனால் இரண்டு சோதனைகள் உனக்கு நேரும்.

எச்சரிக்கையாக இரு! வாழி நீ!' என்று வாழ்த்திச் சென்றார். கௌதமர் சென்றதும் கொங்கணர் யாகத்தைத் தொடர்ந்தார். முடிவில் யாகத்தின் பலனாக சிறந்த ஸித்திகளும், அற்புதக் குளிகைகளும் பெற்றார்.

கொங்கணர் மிகுந்த மகிழ்ச்சியடைந்தார். அற்புதக் குளிகை களின் உதவியால் ஆகாய மார்க்கமாகப் பறந்தார். பல தலங்களையும் தரிசித்தார். பல சித்தர்களையும் சந்திக்கும் பாக்கியம் பெற்றார். ஆஹா! சாதித்து விட்டோம்! என்ற எண்ணம் கொண்டார். அவர் மனதில் மெல்ல மமதை புகுந்தது.

இந்தச் சமயத்தில்தான் ஆழ்வார்களுள் ஒருவரான திருமழிசை யாரைச் சந்தித்தார் கொங்கணர்.

இருவரும் பேசிக் கொண்டிருந்தபோது, வாக்குவாதம் வளர்ந்தது. கொங்கணர் தன்னுடைய குளிகையின் உதவி யினால் 'செம்பைப் பொன்னாக்குவேன்!' என்று மாற்றிக் காண்பித்தார்.

திருமழிசை ஆழ்வாரோ எனக்கு குளிகையோ, ஸித்து வேலைகளோ தேவையில்லை. என் உடல் தூசியே போதும்' என்று சொல்லி தன் உடல் அழுக்கையே திரட்டி அதன் மூலம் செம்பைப் பொன்னாக்கிக் காட்டினார்.

கொங்கணர் தன் தோல்வியை ஒப்புக் கொண்டார். திரு மழிசையாரிடம் மன்னிப்புக் கேட்டார்.

இப்படி திருமழிசையாரிடம் நேர்ந்த முதல் சோதனைக்குப் பிறகு, வாசுகி அம்மையாரிடம் இரண்டாவது சோதனை! தர்மவியாதன் மூலம் ஞானதோயம் பெற்றது போல் ஆனது கொங்கணருக்கு.

கொங்கணரின் ஆணவம் முற்றிலுமாக அழிந்தது.

இதற்குப் பின் ஊர் ஊராகச் சென்று மக்களுக்கு வைத்தியம் பார்த்து நோய் தீர்த்தார். நல்லொழுக்கம் போதித்தார். நலிந்தவர்களுக்கு உதவிகள் செய்தார்.

ஒருநாள் மூலிகைகளைத் தேடி காட்டுக்குள் சென்றபோது, அங்கு பளிங்கர்கள் சிலர் கூட்டமாய் அழுது கொண்டு இருப்பதைக் கண்டார்.

அன்றுதான் திருமணமான இளம் ஜோடியில் கணவன், பாம்பு கடித்து இறந்து போயிருந்தான். மணமகள் நெஞ்சே வெடித்து விடுவது போல் கதறிக் கதறி அழுது கொண்டிருந்தாள். தாலி கட்டிய உடனேயே விதவையாகிப் போன அந்த இளம் பெண்ணைப் பார்த்தபோது கொங்கணருக்கு மனது மிகவும் வேதனைப்பட்டது.

அவளை அழுகையிலிருந்து மீட்க நினைத்தார். தன் உடலை ஓரிடத்தில் மறைத்து வைத்து விட்டு செத்துப் போன பளிங்கர் இளைஞனின் உடலுக்குள் புகுந்தார்.

இறந்து போன மணமகன் மீண்டும் உயிரோடு எழுந்ததில் பளிங்கர்கள் ஆச்சரியமடைந்தனர். மணப்பெண் மிகுந்த சந்தோஷமடைந்தாள். ஆனால் அந்தக் கூட்டத்தில் இருந்த வயதான தலைவன் மட்டும் இது எப்படி நடந்திருக்கும்? என்று சந்தேகமடைந்தான். மணமக்களையும், மற்றவர் களையும் அனுப்பி விட்டு, தன் கூட்டத்தில் சிலரை மட்டும் அழைத்துக் கொண்டு அந்தக் காட்டைச் சுற்றி வந்தான். ஒரு மறைவான இடத்தில் கொங்கணரின் உயிர் இல்லாத உடலைக் கண்டுபிடித்தவன், இது சித்தரின் வேலைதான் என்பதைத் தெரிந்து கொண்டான். அவருடைய உடலை தீ மூட்டி எரித்து முடித்தான்.

கொங்கணர் இதைத் தெரிந்து கொண்டார். அதன் பின் பளிங்கர்களோடு காட்டில் சுற்றித் திரிந்து சில காலம் அவர் களுடனே இருந்து மெல்ல மெல்ல தன் உடலை காயகல்ப உடலாக மாற்றிக் கொண்டார்.

அப்படி காட்டில் வசிக்க நேர்ந்த காலத்தில்தான் இதுவரை அவர் முயற்சித்து அறிந்த மூலிகைகள், உபதேச மந்திரங்கள், குளிகைகள், ரஸவாத வித்தைகள் பற்றியெல்லாம் நூல்களாக எழுதினார்.

கொங்கணர் தன்னிடம் இருந்த நூற்றுக்கணக்கான சீடர்
களுக்கும் யோக, ஞான சித்திகளைப் பெற வழி காட்டினார்.

இறுதியாக அவர் திருவேங்கடமலைக்குச் சென்று தவத்தில்
இறங்கினார். அங்கு வனேந்திரன் என்ற சிற்றரசன் அவரிடம்
வந்து சீடரானான். அவனுக்காகப் பல பாடல்களை எளிய
முறையில் கூறி உபதேசம் செய்தார்.

கொங்கணரின் பாடல்கள் மிகவும் இனிமையானவை. அற்புத
மான கவிநயம் மிக்கவை. தமிழின்பம் பெற சிறப்பானவை.

திருவேங்கடத்தில் தங்கித் தவம் செய்த கொங்கணர் இறுதியாக
அங்கேயே யோக சமாதியில் அமர்ந்தார்.

வேங்கடவனின் சிலைக்குக்கீழே இன்றும் யோக சமாதியில்
கொங்கணர் அமர்ந்திருப்பதாக பக்தர்கள் நம்புகிறார்கள்.

15. குபேரன் கொண்ட ஆசை!

பட்டினத்தார்

சந்தோஷப்படுவதா, துக்கப்படுவதா என்று தெரியவில்லை திருவெண்காடருக்கு!

கடல் கடந்து வியாபாரம் செய்யப்போன அவருடைய ஒரே மகன் மருதவாணன் ஏராள மாகச் சம்பாதித்து அத்தனை சம்பாதியத்துக் கும் கட்டுக் கட்டாக வறட்டியும், மூட்டை மூட்டையாக அவலும் வாங்கி வந்திருக்கிறான் என்றால் வேறு என்னதான் நினைப்பது?

திறமையாக வியாபாரம் செய்திருக்கிறான் என்று சந்தோஷப்படுவதா, மொத்தப் பணத் தையும் விரயம் செய்ததற்கு துக்கப்படுவதா? எதுவும் புரியவில்லை அவருக்கு.

'தங்கள் மகனின் இச்செயலால் அவனுக்குப் பித்துப் பிடித்து விட்டதோ என்றுதான் நினைக்கத் தோன்றுகிறது!' என்று சொல்லி விட்டுப் போனார், மருதவாணனுடன் கப்பலில் சென்ற இன்னொரு வியாபாரி.

142

திருவெண்காடருக்கு உடலில் நடுக்கம் ஏற்பட்டது.

'கடவுளே! சர்வேஸ்வரா என் மகனுக்கு அப்படியேதும் ஆகி விடக்கூடாது.' மனத்துக்குள் பிரார்த்தித்துக் கொண்டே வியாபார ஸ்தலத்திலிருந்து வீட்டுக்கு விரைந்தார் திரு வெண்காடர்.

அந்தச் சிவனின் திருவிளையாடல்தான் இது என்பது அப்போது அவருக்குத் தெரியவில்லை.

ஆம்! திருவெண்காடரை ஆட்கொள்ளவே இங்கு மருத வாணன் மூலம் ஒரு நாடகம் துவங்கியிருந்தது.

இந்த மருதவாணன் யாரென்றால் ... இருங்கள் முதலில் திருவெண்காடரைப் பற்றிப் பார்ப்போம்.

காவேரிப்பூம்பட்டினத்தில் மிகப் பெரிய செல்வந்தர் குடும்பம் திருவெண்காடருடையது. இவர் வைசியர் குலத்தில் பிறந்த வள்ளல். தர்மம் தவறாத நேர்மையாளர். ஒழுக்கசீலர். மிகச் சிறந்த பக்திமான். மக்கள் இவரை 'காவேரிப்பூம்பட்டினத்தார்' என்கிற முறையில் 'பட்டினத்தார்' என்று அன்புடனும் மரியாதையுடனும் அழைத்தனர்.

பட்டினத்தாரின் துணைவியார் சிவகலை சிறந்த உத்தமி. கணவருடைய மனமறிந்து நடக்கும் பதிவிரதை. திருமண மாகி நீண்டநாள் ஆகியும் குழந்தை இல்லையே என்கிற குறை தம்பதிகளுக்கிடையே இருந்தது.

தினம் தினம் கடவுளிடம் முறையிடாத நாளே இல்லை. சிவனை ஆராதனை செய்து அழுது தொழாத பொழுதே இல்லை.

பக்தனின் கண்ணீருக்கு பரமேஸ்வரன் மனம் இரங்காமலா போய் விடுவார்!

பட்டினத்தார் வீட்டுக்கு, தானே பிள்ளையாகச் செல்லத் தீர்மானித்தார்.

இதைச் செயல்படுத்தும் முதல் கட்டமாக திருவிடைமருதூரில் வாழும் தன் இன்னொரு பக்தரான சிவசர்மா என்பவரின் கனவில் தோன்றினார்.

'பக்தனே சிவசர்மா! திருவிடைமருதூர்க் கோயிலின் நந்தவனத்து வில்வமரத்தடியில் குழந்தையொன்று இருக்கும். நாளை நீ அந்தக் குழந்தையை எடுத்துக் கொண்டு காவேரிப் பூம்பட்டினத்துக்குச் செல். அங்கு பட்டினத்தார் என்றழைக்கப் படும் திருவெண்காடர் என்கிற என் பக்தன் ஒருவன் குழந்தை யில்லாத குறையால் துக்கப்பட்டுக் கிடக்கிறான். அவனிடம் குழந்தையை ஒப்படைத்து விட்டு குழந்தையின் எடைக்கு எடை தங்கம் பெற்றுக்கொள்.' என்று சொல்லி மறைந்தார்.

சிறந்த சிவபக்தரான சிவசர்மா மனைவி குழந்தைகளுடன் வறுமையில் படாதபாடு பட்டுக் கொண்டிருந்தார். அதைப் போக்குவதற்காகத்தான் சிவபெருமான் இப்படியொரு வழியை அவருக்குக் காட்டி அருள் புரிந்தார். ஒரே கல்லில் இரண்டு மாங்காய்.

அடுத்து பட்டினத்தார் தம்பதிகளின் கனவில் தோன்றிய ஈசன், 'அன்பான பக்தர்களே, குழந்தையில்லாக் கவலையை இனி விட்டு விடுங்கள். உங்களுக்காகவே ஒரு குழந்தையை நான் அனுப்பியுள்ளேன். நாளை என் பக்தன் சிவசர்மன் அந்தக் குழந்தையைக் கொண்டு வந்து தருவான். அதுவே இனி உங்கள் குழந்தை! குழந்தையின் எடைக்கு எடை பொன் கொடுத்து பெற்றுக் கொள்ளுங்கள். எல்லாம் நல்லதே நடக்கும்!' என்றார்.

மறுநாள் தானே குழந்தை வடிவமாக உருவமெடுத்து திரு விடைமருதூர் கோயில் நந்தவனத்தில் வில்வமரத்தடியில் கிடந்தார்.

பட்டினத்தார் வீட்டுக்கு ஈசனே குழந்தையாக ஏன் செல்ல வேண்டும்? அதற்குக் காரணம் இருந்தது.

ஒருமுறை சிவபெருமான் பூமியில் திருவுலா செல்லக் கிளம்பியபோது எதிரே வந்தார் குபேரன். தானும் வருவதாகச்

சொல்லி உடன் புறப்பட்டார். பூமியில் எல்லாத் தலங்களுக் கும் சென்று பார்த்து விட்டு அவர்கள் திருவெண்காட்டின் அருகேயுள்ள காவேரிப்பூம்பட்டினத்தை அடைந்தனர். காவேரிப்பூம்பட்டினத்தைச் சுற்றி வந்த குபேரன் நகரின் அழகில் மயங்கிப் போனான்.

'பரமேஸ்வரா! இந்தத் திருத்தலம் என் மனதை மிகவும் கவர்ந்து விட்டது. சிறிது காலம் இங்கேயே தங்க வேண்டும் போல ஆசை உண்டாகிறது.' என்றான்.

'குபேரா... பூமியில் கால் வைத்த தருணம் உன் மனதிலும் மாயை சூழ்ந்து விட்டது! தேவலோகத்தை விட்டு பூமியில் வாழ ஆசைப்படுகிறாய். ஆகட்டும் உன் விருப்பம் போலவே பூமியில் மானுடனாகப் பிறந்து சிலகாலம் இங்கேயே வசித்து மேலோகம் வந்து சேர்!' என்று அருள் புரிந்தார்.

குபேரனுக்கு சந்தோஷம்தான் என்றாலும் ஒரு சிறு பயம் இருந்தது. அதை சிவனிடம் வெளிப்படுத்தினார்.

'சர்வேசா! பூமியில் மானுடப் பிறவியாகப் பிறந்தாலே ஆசாபாசங்களில் சிக்கி அல்லல்படவேண்டியிருக்கும். செல்வத்தில் இருந்தால் புத்தி தடுமாறும். சுகபோகங்களில் நாட்டம் உண்டாகும். இவைகள் என்னைப் பாதிக்காமல் நீங்கள்தான் என்னை ஆட்கொள்ள வேண்டும் ஐயனே!' என்று வேண்டினார்.

'குபேரா! உன் விருப்பம் போலவே எல்லாம் நடக்கும். எத்தனை செல்வபோகத்திலும் உன் சிந்தை தடுமாறாது. தக்க சமயத்தில் நாமே வந்து உன்னை ஆட்கொள்வோம்.' என வாழ்த்திச் சென்றார்.

இப்போது அதற்கான காலம் வரவே குபேரனாகிய பட்டினத் தாரின் மகனாக அவரே செல்லத் தீர்மானித்தார்.

மறுநாள் ஈசன் கனவில் சொன்னபடியே எல்லாம் நடந்தது. சிவசர்மா குழந்தையைக் கண்டெடுத்துக் கொண்டு போய்

145

பட்டினத்தாரிடம் கொடுத்தார். பட்டினத்தார் குழந்தையின் எடைக்கு எடை பொன் கொடுத்து பெற்றுக் கொண்டார்.

சிவனருளால் இருவரின் குறையும் தீர்ந்தது.

குழந்தையின் வருகையில், அதன் தெய்வீக அழகில் மெய் மறந்து போனார்கள் பட்டினத்தாரும் அவர் மனைவி சிவ கலையும். குழந்தையைத் தொட்டிலிட்டு பெயர் சூட்டும் வைபவம் மிகச் சிறப்பாக நடந்தது. காவேரிப்பூம்பட்டினமே மொத்தமாகத் திரண்டு வந்திருந்தது. குழந்தைக்கு மருத வாணன் என்று பெயர் சூட்டி மகிழ்ந்தார் பட்டினத்தார்.

மருதவாணன் சிறுவயதிலிருந்தே மிகுந்த புத்திசாலியாகத் திகழ்ந்தான். கல்வி கேள்விகளில் முறைப்படித் தேர்ச்சி பெற்றான்.

பருவ வயதில் காலெடுத்து வைத்தபோது, குலத்தொழிலான வியாபாரத்தில் தந்தைக்கு உதவியாக இருக்கத் தொடங் கினான். இந்தச் சமயத்தில்தான் காவேரிப்பூம்பட்டினத்து வணிகர்கள் சிலர் வெளிநாடுகளுக்கு வியாபாரம் செய்ய கப்பல் மூலம் புறப்படத் தயாரானார்கள். மருதவாணன் தானும் அவர்களோடு செல்ல ஆசைப்பட்டான்.

பட்டினத்தாரிடம் சென்று 'தந்தையே.. நானும் வெளிநாடு களுக்குச் சென்று வியாபாரம் செய்ய விரும்புகிறேன். மற்ற வணிகர்களுடன் நானும் கப்பலில் செல்ல அனுமதி தாருங்கள்' என்று கேட்டான்.

பட்டினத்தாரும் சிவகலையும் அதிர்ச்சியடைந்தனர்.

'மகனே மருதவாணா, எங்களின் ஒரே பிள்ளை நீ. கடவுள் தந்த வரம். பெறாமல் பெற்ற செல்வம். உன்னை எங்களால் எப்படிப் பிரிந்திருக்க முடியும்?' என்று வருத்தப்பட்டனர்.

ஆனாலும், அவன் ஆசையை மறுக்க வேண்டாம் என்பதால் சம்மதம் தந்தனர்.

அப்படி சென்ற பிள்ளைதான் இப்படி வறட்டிகளும், அவலும் மூட்டை கட்டிக் கொண்டு வந்துள்ளான்.

கடல் கடந்து போன பிள்ளை பத்திரமாக வீடு வந்து சேர்ந்த தில் சந்தோஷப்பட்டு மகனை பாசத்துடன் உபசரித்துக் கொண்டிருந்தாள் சிவகலை.

பட்டினத்தார் வீட்டிற்குள் நுழைந்தார். மருதவாணன் சாப்பிட்டு முடிக்கும் வரை காத்திருந்தார். பிறகு அவனிடம் கேட்டார்.

'மருதவாணா..போன இடத்தில் வியாபாரம் நல்லபடியாக நடந்ததா?'

'ஆம் தந்தையே நிறைய லாபம் கிடைத்தது!'

'அவற்றையெல்லாம் என்ன செய்தாய்? முத்தும், பவழமும், நவரத்தினங்களாகவும் வாங்கினாயா?'

'இல்லை தந்தையே.. வறட்டியும், அவலும் வாங்கி வந்தேன்!' பதறாமல் சொன்னான் மருதவாணன்.

பட்டினத்தாருக்குக் கோபம் தலைக்கேறியது.

'மருதவாணா..இப்படியொரு மூடத்தனமான காரியத்தை யாராவது செய்வார்களா? உனக்கு என்ன பித்துப் பிடித்து விட்டதா?'

'கோபப்படாதீர்கள் தந்தையே..பொன்னும் மணியும் ரத்தினங்களும், நான் கொண்டு வந்த வறட்டி, அவலுக்கு நிகரானவைதான். சிந்தித்துப் பாருங்கள்! உண்மை புரியும்!' என்றான்.

'முட்டாளே என்னையே எதிர்த்துப் பேசுகிறாயா? நிச்சயம் உனக்கு பித்துதான் பிடித்து விட்டது.' என்று ஆத்திரப்பட்ட பட்டினத்தார் மருதவாணனை தரதரவென்று இழுத்துப் போய் ஒரு அறைக்குள் தள்ளிப் பூட்டினார்.

'சிவகலை இன்று முழுக்க அவனுக்கு ஆகாரம் தராதே!' என்று கட்டளையிட்டார்.

நள்ளிரவு!

147

பட்டினத்தார் தூக்கம் வராமல் பாரமான மனத்துடன் புரண்டு புரண்டு படுத்துக் கொண்டிருந்தார். சிவகலை அழுதபடியே சுவரில் சாய்ந்து உட்கார்ந்திருந்தாள்.

பொழுது விடியும் நேரம். மனைவி சிவகலையை உலுக்கினார் பட்டினத்தார்.

'சிவகலை வா மகனைப் பார்த்து வருவோம். உறங்கி விட்டானா, விழித்திருக்கிறானா தெரியவில்லை.' என்று அழைத்தார்.

இருவருமாக மருதவாணன் இருந்த அறையின் ஜன்னலைத் திறந்து பார்த்தனர்.

இருவரின் கண்களும் கூசியது. மின்னல் தாக்கியது போன்ற உணர்ச்சி! அங்கே... உள்ளே... கயிலைநாதன் சிவபெருமான் தன் பூதகணங்களுடன் நந்திவாகனனாக ஜகஜ்ஜோதியாக காட்சியளித்தார்.

பட்டினத்தாரும் அவர் மனைவியும் தங்கள் கண்களையே நம்பமுடியாமல் தவித்தனர். பரவசமாகினர். இரு கைகளை யும் தலைக்கு மேல் கூப்பி போற்றித் துதித்தனர். கண்களில் ஆனந்தக் கண்ணீர் வழிந்தது. 'சிவபெருமானா தங்கள் மகன் மருதவாணன்! தாங்கள் அவ்வளவு பாக்கியம் செய்தவர்களா? அடடா அறியாமையால் தவறு செய்துவிட்டோமே.

அறையின் கதவு திறந்து மருதவாணன் பாதங்களில் விழுந்து கதறினார்கள். உணர்ச்சிப் பெருக்கில் பட்டினத்தாரின் உள்ளத் திலிருந்து பாடல் பிறந்தது.

> புன்மைப் பிழை புரிந்தேன்; அவை
> பொறுத் தாண்டிடல் வேண்டும்;
> வன்மைக் கொள் நினையாது கொள்
> மருதப்பெருமா நீ!

என்று பரவசமாகப் பாடினார்.

148

அடுத்து திபுதிபுவென்று பூஜையறைக்கு ஓடினார். ஆண்டவனுக்கு கற்பூர ஆரத்தி காட்ட ஓடோடி வந்தார்.

அங்கே மருதவாணனைக் காணவில்லை.

'சிவகலை..எங்கே நம் மகன் மருதவாணன்? எங்கே நம் ஈசன்?'

'எனக்கு ஒன்றுமே புரியவில்லை. அம்மா, இந்தப் பெட்டியை அப்பாவிடம் கொடுத்து விடுங்கள்' என்று ஒரு பெட்டியை நீட்டினான். நான் இந்தப் பக்கம் திரும்புவதற்குள் மறைந்து விட்டான்' என்று விம்மினாள். பெட்டியைத் தந்தாள்.

பட்டினத்தார் அந்தப் பெட்டியை வாங்கித் திறந்தார்.

அதற்குள், காதறுந்த ஒரு ஊசியும் ஒரு ஓலையும் இருந்தது. ஓலையைப் பிரித்துப் படித்தார். அதில் 'காதற்ற ஊசியும் வாராது காண் நும் கடை வழிக்கே' என்று எழுதப்பட்டிருக்க அந்த நொடி பட்டினத்தாரின் மூளையில் தீ பற்றிக் கொண்டது. ஞானத் தீ!

அவ்வளவுதான்...தாய், மனைவி, உற்றார் உறவு, சொத்து சுகம் அத்தனையும் உதறி விட்டு வீட்டை விட்டு வெளியேறித் துறவியானார்.

ஊரிலேயே மிகப் பெரிய செல்வந்தரான பட்டினத்தார் துறவியாகி வீடு வீடாகப் பிச்சையெடுக்கிறார் என்ற சேதி ஊர் முழுக்கப் பரவியது. எத்தனையோ நல்லவர்கள் பட்டினத்தாரிடம் சென்று அவருடைய முடிவை மாற்றிக் கொள்ளுமாறு வேண்டினார்கள்.

பட்டினத்தார் முடிவை மாற்றிக் கொள்ளவில்லை. வாழ்க்கையின் நிலையாமை பற்றி அவர்களுக்கு போதித்து அனுப்பினார்.

பட்டினத்தார் இப்படி பிச்சைக்காரனாகத் திரிவது அதே ஊரின் பெரிய செல்வக் குடும்பத்தில் இருந்த அவருடைய சகோதரிக்கு அவமானமாக இருந்தது.

'ஊரிலேயே பெரிய வணிகன், வள்ளல் என்று பெயரெடுத்து விட்டு இன்று இப்படி மானத்தை வாங்குகிறாரே' என்று நினைத்தாள். இவரை இப்படி பைத்தியமாகச் சுற்ற விடுவதை விட, கொன்று விடுவது மேல் என்று முடிவு செய்தாள். அதனால் தனக்கு அவருடைய சொத்துக்களும் கிடைக்கும் என்று கணக்குப் போட்டாள்.

பட்டினத்தார் தன் வீட்டு வாசல் முன் பிச்சையெடுக்க வந்தபோது விஷம் கலந்த அப்பம் ஒன்றைக் கொடுத்தாள்.

ஞானியாகி விட்ட பட்டினத்தாருக்கு இது தெரியாமலா போய் விடும்!

அவருக்குச் சிரிப்புதான் வந்தது. 'மனிதர்கள் மனிதாபி மானமே இல்லாமல் போய் விட்டார்களே. உடன் பிறந்த வனையே கொல்லும் அளவிற்கா சொத்தின் மேல் ஆசை? எல்லாம் வினைப் பயன்தான்!' என்று நினைத்தவர் 'தன் வினை தன்னைச் சுடும். ஓட்டப்பம் வீட்டைச் சுடும்' என்று சொல்லி அப்பத்தை சகோதரியின் வீட்டுக் கூரையில் செருகி வைத்து விட்டுப் போய் விட்டார். வீடு எரிந்து சாம்பலானது.

இந்த நிலையில் ஒருநாள் பட்டினத்தாரின் தாயார் இறந்து போனார். அப்போது பட்டினத்தார் திருவெண்காட்டு ஆலயத்தில் இருந்தார். தியானத்தில் இருந்த அவருக்கு தாயாரின் மறைவு தோன்றி மறைந்தது. உடனடியாக ஓடி வந்தார்.

பட்டினத்தார் மீது உள்ள கோபத்தால் உறவினர்கள் யாரும் இவருடைய தாயாரின் தகனக்கிரியைக்கு வரவில்லை. இவர் எவரையும் எதிர்பார்க்கவும் இல்லை. மயானத்தில் ஒரு பச்சை வாழை மட்டையில் தன் தாயாரின் உடலைக் கிடத்தினார்.

உள்ளம் தழுதழுத்தது. அன்னை தன் மீது வைத்திருந்த பாசத்தை நினைத்துப் பார்த்தார். நெஞ்சு வெடித்து விடும் போலிருந்தது. துயரம் தாங்காமல் பாடல் வெடித்துக் கிளம்பியது.

வட்டிலிலுந், தொட்டிலிலும், மார்மேலுந், தோண் மேலும்
கட்டிலிலும் வைத்தென்னைக் காதலித்து முட்டச்
சிறகிலிட்டுக் காப்பாற்றிச் சீராட்டுந் தாய்க்கோ
விறகிலிட்டுத் தீமூட்டு வேன்?

முன்னை யிட்டதீ முப்புரத்திலே:
பின்னை யிட்டதீ தென்னி லங்கையில்:
அன்னை யிட்டதீ அடிவ யிற்றிலே:
யானு மிட்டதீ மூள்க! மூள்கவே!

என்று அவர் மனம் வெதும்பிப் பாட, அவருடைய பாடல்
பச்சை வாழைமட்டையைப் பற்ற வைத்தது. தாயாரின்
திருமேனியை அக்னி மேலுலகம் அழைத்துப் போனான்.

இதற்குப் பிறகு பட்டினத்தார் ஒவ்வொரு சிவஸ்தலமாகச்
சென்று இறைவனை வழிபட்டுப் பாடல்கள் பாடினார்.
அப்படி ஒருமுறை திருவாரூர் சென்று தங்கியிருந்த போது
பட்டினத்தாரின் மேல் பக்தியும் அன்பும் கொண்ட
இளைஞன் ஒருவன் அவருக்குத் திருத்தொண்டு புரிந்து
வந்தான்.

அந்த இளைஞனின் திருமணத்தைப் பட்டினத்தாரே முன்
நின்று நடத்தி முடித்தார். ஆனால் விதிப்பயன் காரணமாக
மணமான சில நாட்களிலேயே அந்த இளைஞன் மரண
மடைந்தான். பட்டினத்தார் அந்தப் பக்கம் சென்றபோது
இளைஞனின் பெற்றோரும், கணவனை இழந்த இளம்
மனைவியும் அவர் கால்களில் விழுந்து கதறினார்கள்.

'ஸ்வாமி, நீங்கள் முன் நின்று நடத்திய திருமணம் இது. தங்கள்
மேல் அளவில்லாத பக்தி வைத்தவன் இப்படி எங்களைத்
தவிக்க விட்டு இறந்து விட்டானே ஐயனே!' என்று புலம்
பினார்கள்.

பட்டினத்தார் இறந்து கிடந்தவன் அருகே சென்றார்.
பாடினார்.

வடிவந்தானும் வாலிபம்
   மகளும் தாயும் மாமியும்
படி கொண்டாரும் ஊரிலே
   பழி கொண்டாடல் நீதியோ

பாடி முடித்ததுமே அங்கே ஓர் அதிசயம் நிகழ்ந்தது.

இறந்து கிடந்த இளைஞன் உயிர் பெற்று எழுந்தான்! பட்டினத்
தாரை வணங்கினான். சுற்றியிருந்தவர்கள் பிரமித்தார்கள்.
பட்டினத்தாரைப் புகழ்ந்தார்கள். அவரது பெருமையை
உணர்ந்து கொண்டாடினார்கள்.

இது ஒருபுறம் என்றால் இன்னொருபுறம் அவர் அடி உதை
படவும் நேர்ந்தது.

பட்டினத்தார் பிச்சையெடுக்கும் போது கைதட்டிதான் பிச்சை
கேட்பார். அப்படி ஒரு வீட்டின் முன் பிச்சை கேட்டபோது
இவர் கேலி செய்வதாக நினைத்து அந்த வீட்டுக்காரன்
பட்டினத்தாரை எட்டி உதைத்து அடித்து நொறுக்கினான்.

பட்டினத்தார் மனம் மிக நொந்துபோனார். கேவலம் ஒருசாண்
வயிற்றை நிறைக்க நாய் படும் பாடு படவேண்டியிருக்கிறதே
என்று எண்ணினார். இனி பிச்சையெடுக்கச் செல்வதில்லை
என உறுதி பூண்டார்.

இருக்கும் இடம் தேடி
   என் பசிக்கே அன்னம்
உருக்கமுடன் கொண்டு வந்தால்
   உண்பேன் பெருக்க
அழைத்தாலும் போகேன்
   அரனே என் தேகம்
இளைத்தாலும் போகேன் இனி

என, அன்போடு தமது இருப்பிடம் தேடி வந்து தரப்படும்
உணவை மட்டுமே உண்பேன் எனத் தீர்மானித்தார்.

ஒருவருக்கு சோதனைக் காலம் வருமானால் தொடர்ந்து துன்பங்கள் வரும் என்பார்கள். தெய்வங்களே கூட அதில் தப்பிக்க முடியாத போது பட்டினத்தார் மட்டும் தப்பிக்கவா முடியும்

உஜ்ஜையினியில் அவருக்கும் ஓர் அபாயம் ஏற்பட்டது!

ஒவ்வொரு தலமாக யாத்திரை போன பட்டினத்தார் உஜ்ஜையினியை அடைந்தபோது இருட்டிப் போனது. எல்லையில் கானகத்தில் இருந்த பிள்ளையார் கோயிலிலேயே தங்கிக்கொண்டார் அவர்.

அப்போது உஜ்ஜைனியை பத்ரகிரி என்கிற மன்னன் ஆண்டு வந்தான். சிறந்த பக்திமான். ஞானிக்கான பக்குவ நிலை பெற்றவன் அவன்.

பட்டினத்தார் உஜ்ஜையினி வந்த அன்று சில கொள்ளையர்கள் பத்ரகிரி மன்னனின் அரண்மனைக்கே சென்று கொள்ளை யடித்தனர். அவர்கள் கொள்ளையை முடித்து விட்டுத் தப்பிக் கும் வேளையில் அரண்மனை வீரர்கள் பார்த்து திருடர்களைத் துரத்தினார்கள்.

கொள்ளையர்கள் தப்பித்து ஓடிவரும் போதும் தாங்கள் தினம் வணங்கும் விநாயகரை மறக்கவில்லை. கொள்ளையடித்த பொருட்களில் ஏதாவது ஒன்றை அவருக்கு சமர்ப்பிப்பது வழக்கம். அது போலவே அன்றும் போகிற போக்கில் திருடி வந்த நகைகளிலிருந்து ஒரு வைரப்பதக்கத்தை இருளில் பிள்ளையாரை நோக்கி வீசியெறிந்து விட்டுச் சென்றனர்.

அந்தப் பதக்கம் மிகச் சரியாக தியானத்திலிருந்த பட்டினத் தாரின் கழுத்தில் போய் விழுந்தது. அந்தப் பக்கம் தீவட்டி களுடன் கொள்ளையரைத் துரத்தி வந்த அரண்மனை வீரர்கள் பட்டினத்தாரைக் கண்டார்கள்.

'ஆஹா! திருடன் இதோ அகப்பட்டு விட்டான்! இவன் தான் திருடர்களின் தலைவனாக இருக்க வேண்டும். பதக்கத்தை மட்டும் வைத்துக் கொண்டு மற்ற நகைகளை ஆட்களிடம்

கொடுத்து அனுப்பி விட்டிருக்கிறான். இவனை உதைத்துக் கேட்டால் உண்மை தெரியும்!' என்று பட்டினத்தாரை அடிக்கப் பாய்ந்தார்கள்.

தியானத்திலிருந்து மீண்ட பட்டினத்தார் நடந்ததைப் புரிந்து கொண்டார். 'கடவுளே இதுவும் உன் திருவிளையாடலா!' என்று எண்ணியபடி வீரர்களுக்கு பதிலேதும் சொல்லாமல் பஞ்சாட்சர மந்திரத்தை ஓதிக் கொண்டிருந்தார்.

வீரர்கள் பட்டினத்தாரைக் கொண்டுபோய் சிறையில் அடைத்தனர்.

அரசரிடம் சென்று தாங்கள் கொள்ளையர் தலைவனைப் பிடித்து விட்டதாகவும், அவன் திமிரோடு பதில் சொல்ல மறுப்பதாகவும் சொல்லி பதக்கத்தைக் காட்டினார்கள்.

கோபமடைந்த பத்ரகிரியார் 'அந்தத் திருடனைக் கழுவில் ஏற்றுங்கள்!' என்று உத்தரவிட்டார்.

மறுநாள் பட்டினத்தாரை கழுமரத்துக்கு இழுத்துச் சென்றார்கள்.

பட்டினத்தார் கழுமரத்தை நிமிர்ந்து பார்த்தார்.

'என் செயலாவது யாதொன்றும் இல்லை
இனித் தெய்வமே
உன் செயலே என்று உணரப் பெற்றேன்
இந்த ஊன் எடுத்த
பின் செய்த தீவினை யாதொன்றும்
இல்லை பிறப்பதற்கு
முன் செய்த தீவினையோ
இங்ஙனே வந்து மூண்டதுவே'

என்று பாடினார். உடனே எரிந்து பொசுங்கியது கழுமரம்!

இந்தச் செய்தி மன்னர் பத்ரகிரியாருக்குத் தெரிந்தது. அதிர்ச்சியுடன் அவரே தண்டனைக் களத்துக்கு ஓடோடி

வந்தார். எரிந்து கிடந்த கழுமரத்தையும் அருகில் பதற்ற மில்லாமல் நிற்கும் பட்டினத்தாரையும் பார்த்தார்.

முதல் பார்வையிலேயே அவர் ஞானி எனப் புரிந்து கொண் டார். பட்டினத்தாரின் பாதம் பணிந்து வணங்கினார்.

'சித்தசீலரே உண்மையைத் தீர விசாரிக்காமல் தண்டனை அளித்த என்னைத் தயவு செய்து மன்னியுங்கள். எனக்கு தண்டனை அளியுங்கள்' என்று அழுது புலம்பினார்.

பட்டினத்தார் பத்ரகிரியாரின் பற்றற்ற மனதைப் புரிந்து கொண்டார். அத்துடன் அவன் மனைவி செய்த துரோகத்தின் காரணமாக தற்போது பத்ரகிரி மனம் வெறுத்துப் போய் உள்ளான் என்பதையும் உணர்ந்து கொண்டார். அவனைக் கடைத்தேறச் செய்ய வேண்டியது தன் கடமை என்று கருதி பத்ரகிரியாருக்கு ஞானம் அளித்தார்.

அந்த நொடியே பத்ரகிரியார் அரச வாழ்க்கையைத் துறந்தார். தானும் ஒரு துறவியாக பட்டினத்தாரைப் பின் தொடர்ந்தார்.

பட்டினத்தாருடனே பிச்சையெடுத்துத் திரிந்த பத்ரகிரியார் சில நாட்களுக்குப் பிறகு ஒரு நன்னாளில் திருவிடைமருதூர் கருவறைக்குள் ஜோதியாக மாறி சிவனோடு கலந்தார்.

பட்டினத்தாருக்கு வருத்தம் உண்டானது. பத்ரகிரியாருக்கு கிடைத்த பாக்கியம் எனக்கு எப்போது கிடைக்கும். இந்த பாழ் உடலைத் துறந்து முக்தியடைவது எப்போது என்று ஏங்கினார்.

ஒருநாள் திருவொற்றியூர் நகரை அடைந்தார்.

ஊருக்குள் கால் வைத்ததுமே மேனி சிலிர்த்தது. இதுதான், இந்த ஊரில்தான் தனக்கு முக்தி கிடைக்கப் போகிறது! என்று உணர்ந்தார்.

தினமும் திருவொற்றியூர் சிவபெருமானைத் துதித்து பாடல் கள் பாடுவார். மற்ற நேரங்களில் கடற்கரையில் குழந்தை களோடு விளையாடிக்கொண்டிருப்பார்.

155

அம்மாதிரி விளையாடிக் கொண்டிருந்தபோது ஒருநாள் குழந்தைகளிடம் 'பிள்ளைகளே இன்று நாம் ஒரு புதிய விளையாட்டு விளையாடுவோமா? இந்தப் பள்ளத்தில் என்னைப் புதையுங்கள். ஒரு வேடிக்கை காட்டுகிறேன்' என்றார்.

அவர் சொன்னபடியே குழந்தைகள் அவரைப் பள்ளத்தில் புதைத்து மூடினார்கள். ஆனால் பட்டினத்தார் வேறொரு இடத்திலிருந்து எழுந்து வந்து ஆச்சரியப்படுத்தினார். இது மாதிரியே நான்கைந்து முறை நடந்தது.

கடைசியாக அவரைப் புதைத்தபோது வெகுநேரமாகியும் வெளிப்படவில்லை. குழந்தைகள் பயந்து போய் மறுபடி அந்தப் பள்ளத்தை தோண்டிப் பார்த்தபோது அங்கே சிவலிங்க மாக மாறியிருந்தார் பட்டினத்தார்.

சிவத்தை நினைத்து, சிவத்தை உச்சரித்து, சிவத்தைப் பாடி சிவலிங்கமாகவே மாறிப் போன பட்டினத்தார் திருக் கோயிலும், அந்தச் சிவலிங்கமும் சென்னை திருவொற்றியூரில் உள்ளது.

16. ஆகாயத்தில் அபிஷேக நீர் குடம்!

திருமாளிகைத் தேவர்

திருவிடைமருதூரில் நிறைய கணவன்மார்கள் கோபவெறியுடன் கொந்தளித்துக் கொண்டு இருந்தார்கள்.

பின்னே...அந்த ஊரில் பிறக்கும் குழந்தைகள் எல்லாம் தங்கள் குடும்பத்துக்கே சம்பந்த மில்லாத ஒருவனுடைய சாயலிலேயே பிறந்ததென்றால் எந்தக் கணவனுக்குத்தான் மனம் பொறுக்கும்!

எல்லாக் கணவர்களுமே தப்பாமல் தங்கள் மனைவியின் மேல் சந்தேகம் கொண்டனர். தினம் தினம் கணவன் மனைவிக்குள் சண்டை தான், சச்சரவுதான்! சில கணவர்கள் ஒருபடி மேலேயே போய் மனைவியைக் குழந்தை யுடன் அவள் தாய் வீட்டுக்கே விரட்டி விட்டனர்.

'மனைவியை அடிக்கிறோம், உதைக்கிறோம், வாழாமல் பிறந்த வீட்டுக்கே துரத்தி விடுகிறோம்! எல்லாம் சரி; நம்மை இப்படிக்

கேவலப்படுத்திய அந்த காமுகனை என்னதான் செய்யப் போகிறோம்?'

கணவர்களின் ரகசியக் கூட்டத்தில் ஆத்திரப்பட்டார் ஒரு கணவர்.

'ம்! என்ன செய்ய முடியும் நம்மால்? அவனோ ஊரிலேயே பெரிய செல்வந்தன். சோழ அரசருக்கே குரு. நாமோ சாமான் யர்கள், அவன் குற்றத்தை எப்படி நிரூபிக்க முடியும்?

'அவன் சாயலிலேயே இருக்கும் எல்லாக் குழந்தைகளையும் எடுத்துக் கொண்டு போய் சோழ அரசரிடம் காண்பித்தால் என்ன?'

'இந்தச் சிறு ஊரில் நாம் பட்ட அவமானம் போதாதா, நாடு முழுக்க இந்தக் கேவலத்தை தண்டோரா கொட்டச் சொல்கிறீர்களா?'

'வேறு என்னதான் செய்வது? அவனை எப்படித்தான் தண்டிப்பது?'

'எனக்கு ஒரு யோசனை!'

'சொல்லுங்கள்! சொல்லுங்கள்!'

'நாம் சோழ அரசரிடம்தான் செல்ல முடியாது. ஆனால் பல்லவ மன்னனின் கீழ் இருக்கும் சிற்றரசரான நரசிங்கரிடம் சொல்லலாம் அல்லவா? அவர் இப்போது ஏதோ ராஜாங்க காரியமாக நமது ஊருக்குப் பக்கத்தில்தான் வந்து தங்கியிருக் கிறார். நம் துன்பத்தை அவரிடம் முறையிட்டு நியாயம் கேட்போம். அவர் மிகவும் கோபக்காரர். குற்றவாளியின் தலையைத் தனியே எடுத்து நம்மிடம் தருவது வெகு நிச்சயம்!'

எல்லாருமே அந்த முடிவை ஏற்றுக் கொண்டு பிரிந்து போனார்கள்.

தலை வெட்டப்படவேண்டும் என்று அவர்கள் தீர்மானித்த நபர் திருமாளிகைத் தேவர்!

திருமாளிகைத் தேவரின் அப்பா, தாத்தா, பாட்டன், பூட்டன் எல்லாருமே சோழ அரசர்களுக்கு குருவாக இருந்தவர்கள் தான்.

சிவன் மேல் பற்றுக் கொண்ட சைவ பரம்பரை! நியம அனுஷ்டானங்கள் பிசகாது வாழ்ந்தவர்கள்.

திருமாளிகைத் தேவரும் தம் முன்னோர்களின்படியே ஒழுக்க சீலராய்த் திகழ்ந்தார். ஆசார அனுஷ்டானங்கள் தவறாமல் வாழ்ந்தார். தினந்தோறும் காலையில் எழுந்து குளித்து முடித்து கோயிலுக்குப் போய் சிவனையும் அம்பிகையையும் வழிபடாமல் உணவு உண்ணமாட்டார். அதுவும் பெரும் பாலும் கோயில் பிரசாதமாகத்தான் இருக்கும்.

'லௌகீக வாழ்க்கையில் இருந்தாலும் சதாசர்வ காலமும் சிவசிந்தனையிலேயே லயித்துக் கிடந்த திருமாளிகைத் தேவரின் வாழ்க்கையில் வரம் போல் அந்தச் சந்திப்பு நடந்தது.

திருவாவடுதுறை எம்பெருமானைத் தரிசிக்க கோயிலுக்குச் சென்றிருந்தபோது, அங்கு சித்த மகான் போகரைக் கண்டார் திருமாளிகைத் தேவர். போகரைப் பார்த்தகணம் சிலிர்த்துப் போனார்! பரவசமானார். பாதங்களில் சரணடைந்தார்.

'புனிதரே! தங்களைத் தரிசிக்க நேர்ந்தது நிச்சயம் என் பூர்வஜென்ம பலனாகத்தான் இருக்கும். என்னைத் தங்கள் சீடனாக ஏற்றுக் கொள்ளுங்கள். சிவனருள் ஸித்திக்க வழி காட்டுங்கள்.' என்று தொழுதார். தழுதழுத்தார்.

கருணை வழியும் போகரின் கண்கள் திருமாளிகைத் தேவரை அளந்தன. காவியுடை தரிக்காத துறவி இவன் எனக் கண்டு கொண்டன. ஞானப் பிச்சை வாங்கிக் கொள்ள தகுதியான மனப்பாத்திரம் இவனிடம் இருக்கிறது எனப் புரிந்து கொண்டன.

போகர் திருமாளிகைத் தேவரை மாணாக்கனாக ஏற்றுக் கொண்டார். ஒவ்வொன்றாக உபதேசிக்கத் தொடங்கினார்.

நாளும் போதனைகள் நடந்தன. வெகுவிரைவிலேயே யோக நெறிகள் கற்று மூலமந்திரம் அறிந்து ஞானநிலையின் உச்சத்தைப் பெற்றார் திருமாளிகைத் தேவர். ஒரு பண்புள்ள சீடனாக மட்டுமின்றி வேலையாளாகவே குரு போகரிடம் தொண்டாற்றினார் திருமாளிகைத் தேவர்.

ஒருநாள் போகரும் உடன் திருமாளிகைத் தேவரும் கோயிலுக்குப் போனார்கள். தரிசனம் முடிந்ததும் பிரசாதமாக சுண்டல் வழங்கப்பட அதைப் பெற்றுக் கொண்டு கோயில் விட்டு வெளியில் வந்தார்கள்.

வாசலில் இவர்களுக்கு தீவட்டி பிடித்து வந்தவர் நன்றாக உறங்கிக் கொண்டிருந்தார். அவரை எழுப்ப மனமில்லாமல் திருமாளிகைத் தேவர், தானே தீவட்டி பிடித்து குருவின் பின் சென்றார்.

இதை போகர் அறியவில்லை. அவர் தங்கியுள்ள இடம் வந்ததும், ‘போதும்... தீவட்டி இங்கேயே இருக்கலாம்!’ என்று திரும்பிப் பார்க்காமலேயே சொல்லி விட்டு உள்ளே சென்று விட்டார்.

குரு வார்த்தைப்படி தீவட்டியுடன் வாசலிலேயே நின்று விட்டார் திருமாளிகைத் தேவர்.

பொழுது விடியும் கருக்கல் நேரம். காலை அனுஷ்டானங்களை முடிக்க வேண்டிய நிர்பந்தம் திருமாளிகைத் தேவருக்கு.

ஒரு கையில் பிரசாதச் சுண்டல். மற்றொரு கையில் தீவட்டி! என்ன செய்வது?

திருமாளிகைத் தேவர் மனதில் குருவை நிறுத்தி, தான் பெற்ற ஸித்தியின் மூலம் புதிதாக இரண்டு கைகளை உருவாக்கிக் கொண்டார்! காலை அனுஷ்டானங்களை முடித்துக் கொண்டார்.

அப்போதுதான் இரவு முழுவதும் திருமாளிகைத் தேவர் உள்ளே வராமல் போனதை போகர் உணர்ந்து கொண்டார்.

நடந்ததை தன் ஞானசக்தியால் தெரிந்து கொண்டவர், திருமாளிகைத் தேவரின் குருபக்தியைக் கண்டு மகிழ்ந்து ஆசீர்வதித்தார்.

'திருமாளிகைத் தேவா! பூரணஞானம் பெற்ற நீ...இன்று போலவே என்றும் பெரியோர்களுக்கு இனியனாகவே நடந்து கொள். தவறாமல் தியானம் செய். குண்டலினியை வசப் படுத்து. உனக்கு என் ஆசி!' என்று விட்டு யாத்திரை புறப் பட்டுப் போனார்.

திருமாளிகைத் தேவர் மாதா, பிதா, குரு, தெய்வம் என்ற நெறி பிசகாமல் வாழ்ந்தார். குருவின் சொற்படி குண்டலினி சக்தியை உச்சத்துக்குக் கொண்டு வந்து நிறுத்தி பரமானந்த நிலையில் சிவ அம்சமாகவே தன்னைக் கண்டு கொண்டார்.

ஆத்மதரிசனம் அவர் மேனியை மெருகேற்றியது. முகத்துக்கு தேஜஸ் கூடியது. கண்கள் ஒளி சிந்தி பிரகாசித்தன. பார்ப்பவர் கள் எல்லாருமே அவரால் கவரப்பட்டனர். தேவபுருஷன் போல தென்பட்ட அவருடைய திருவுருவம் பெண்களின் மனதில் அச்சுப்போல் பதிந்தது. அதன் காரணமாகவே அந்தப் பெண்கள் பிரசவித்த குழந்தைகள் திருமாளிகைத் தேவரின் சாயலில் பிறந்தன.

இதுபற்றியெல்லாம் எதுவும் தெரியாத பொறாமைக் கணவர்கள், திட்டமிட்டபடி நரசிங்க மன்னனிடம் சென்று பணிந்தனர்.

திருமாளிகைத் தேவரைப் பற்றி புகார் அளித்தனர்.

மன்னர் நரசிங்கர் கோபம் கொண்டார்.

'ஒரு மாயாவி போல் எவருக்கும் தெரியாமல் பெண்களின் கற்பைச் சூறையாடும் அந்தக் காமுகனைக் கட்டியிழுத்து வாருங்கள்.' என்று தன் வீரர்களுக்குக் கட்டளையிட்டார்.

வீரர்கள் திருமாளிகைத் தேவரின் வீட்டுக்குச் சென்றார்கள். அவரிடம் மன்னனின் உத்தரவைக் கூறினார்கள்.

'அப்படியா! கட்டிக் கொண்டு வரச் சொன்னாரா? சரி, மன்னரின் ஆணையை நிறைவேற்றுங்கள். கட்டிக் கொண்டு போங்கள்.' மாயப் புன்னகையுடன் சொன்னார்.

வீரர்கள் அந்த வசீகரச் சிரிப்பில் மதி மயங்கியவர்களாக, அவர்களே ஒருவரையொருவர் கட்டித் தழுவிக் கொண்டு, ஒருவரையொருவர் இழுத்துக் கொண்டு மன்னனின் முன் சென்று நின்றார்கள்.

நரசிங்கர் இதைக் கண்டு மேலும் ஆத்திரமானார்.

'இம்முறை நானே போய் அவனைத் தீர்த்து விடுகிறேன்!' என்றபடி ஆவேசத்துடன் புறப்பட்டார் நரசிங்கர்.

அவருடன் ஒரு பெரும் படையே திரண்டு சென்றது.

திருமாளிகைத் தேவர் அப்போது திருவாவடுதுறை சிவன் கோயில் முன் இருந்தார். படைகள், அவரைச் சுற்றி வளைக்க முற்பட்டன.

அப்போதுதான் அந்த அதிசயம் நிகழ்ந்தது.

கோயிலின் மகா உயரமான மதில்கள் மேல் நான்குபுறமும் காவல்போல் இருந்த காளைகளின் சிலைகள் உயிர் பெற்றன.

கூடவே ஈசனின் நந்தி கணங்களும் தோன்றி நரசிங்கரின் படை யோடு சண்டையிட்டன.

இதைக் கண்ட நரசிங்கர் தன் கண்களையே நம்ப முடியாமல் திகைத்தார். தெய்வகடாட்சம் பெற்றவர் திருமாளிகைத் தேவர் என்பதை உணர்ந்து கொண்டார். தன் தவறுக்காக வருத்தப்பட்டார். போரை நிறுத்தச் சொல்லி திருமாளிகைத் தேவரிடம் சென்று சரணடைந்தார்.

'தேவரே! உங்களைத் தீயவன் என்றெண்ணியே நான் இப்படி நடந்து கொண்டேன். ஆனால் தேவகணங்களே தங்கள் பக்கம் நிற்கும் போது தவறு உங்கள் மேல் இருக்க நியாயமில்லை. தயவு செய்து என்னை மன்னியுங்கள்.' என்று தலை கவிழ்ந்தார்.

‘மன்னரே, கர்ப்ப ஸ்திரிகள் என்னை ஒரு குழந்தைக் கண்ணன் போலவும் பாலமுருகன் வடிவாகவுமே அன்போடு மனதில் நினைத்தார்கள். அவர்களின் நினைப்பில் எந்தக் கள்ளம் கபடுமில்லை. அதனாலேயே அவர்களின் குழந்தைகள் என் சாயலாக இருந்தன. இதில் என் தவறு எதுவும் இல்லை. அதே போல விசாரணைக்கு நீங்கள் என்னை அழைத்திருந்தால் நானே அங்கு வந்து என் பக்கத்து நியாயத்தை விளக்கி யிருப்பேன். ஆனால் நீங்களோ ஒருபட்சமாக விசாரணை செய்துவிட்டு என்னை தண்டிக்கவே நினைத்தீர்கள். அதனா லேயே இந்த விபரீதம் நிகழ்ந்தது.’ என்று விளக்கினார்.

உண்மை புரிந்த நரசிங்கர் திருமாளிகைத் தேவரை வணங்கி விடைபெற்றார்.

நரசிங்கர், திருமாளிகைத் தேவரின் தெய்வகடாட்சத்தை உணர்ந்து கொண்டது போலவே ஊர் மக்களும் புரிந்து கொண்டனர்.

அவருடைய பெருமையை மேலும் அதிகரிக்கும்படியான சம்பவம் ஒன்று விரைவிலேயே நடந்தது.

ஒருநாள் திருமாளிகைத் தேவர் வழக்கம்போல ஆற்றில் குளித்து முடித்து, பூக்கூடையில் பூக்களும், குடத்தில் அபி ஷேகத்துக்கான நீரும் எடுத்துக் கொண்டு கோயிலை நோக்கிப் புறப்பட்டார். சிறிது தூரம் சென்றபோது திடுக்கிட்டார். அவர் எதிரே சவ ஊர்வலம் ஒன்று வந்து கொண்டிருந்தது.

இப்போது என்ன செய்வது? பிணத்தைப் பார்த்து விட்டு எப்படி அதைக் கடந்து கோயிலுக்குச் செல்ல முடியும்? மீண்டும் குளித்து சாந்தி செய்துவிட்டுச் செல்லவேண்டு மென்றால் கோயிலுக்குச் செல்ல நேரமாகி விடுமே.பூஜைக்கு காலம் கடந்து விடுமே! என்ன செய்வதென்று புரியாமல் தவித்தார்.

எதிரே பெரிய ஆலமரத்தின் அடியிலிருந்த விநாயகரைப் பார்த்தார். ‘கணேசா விக்கினம் களைபவனே இந்த

இக்கட்டிலிருந்து நீதான் என்னை விடுவிக்க வேண்டும்!' கண் மூடி மனம் உருகி வேண்டினார்.

பிரார்த்தனைக்கு பலன் உடனே கிடைத்தது. அங்கே ஓர் அற்புதம் நடந்தது! சவ ஊர்வலத்தில் பிணமாய் படுத்து வந்தவன் உயிர் பெற்று எழுந்தான்!

ஊரே அந்த அதிசயத்தைப் பார்த்து வியந்தது. எல்லோரும் பயபக்தியுடன் திருமாளிகைத் தேவரை வணங்கினார்கள்.

மறுநாளிலிருந்து திருமாளிகைத் தேவர் நேற்று நடந்ததைப் போன்ற இக்கட்டான சூழ்நிலையிலிருந்து தப்பிப்பதற்காக வேறொரு யோசனையைக் கடைப்பிடிக்க ஆரம்பித்தார்.

ஆற்றில் குளித்து அனுஷ்டானங்கள் முடித்துக் கிளம்பும்போது பூக்கூடையையும், அபிஷேக நீர்க் குடத்தையும் ஆகாயத்தில் வீசிவிட்டு கோயிலுக்கு நடப்பார். மேலே பூக்கூடையும், நீர்க் குடமும் அவரைத் தொடர்ந்து வரும். ஆலயத்தின் வாசலுக்கு வந்ததும் இரு கைகளையும் நீட்டுவார். பூக்கூடையும் அபிஷேக நீர்க் குடமும் தாமே அவர் கைகளில் வந்து உட்கார்ந்து கொள்ளும். பூஜை சிறப்பாக நடைபெறும்.

இந்த நிகழ்ச்சிகள் எல்லாம் திருமாளிகைத் தேவரின் புகழை நாடெங்கும் பரவச் செய்தன. மக்கள் கூட்டம் கூட்டமாக அவரைத் தரிசித்து உபதேசம் பெற்றனர். நிறைய இளைஞர் கள் அவரிடம் சீடராகச் சேர்ந்தார்கள். தகுதியுள்ள பல சீடர்களுக்கு ஞானதீட்சை தந்து பக்தியைப் பரப்புமாறு நாடெங்கும் அனுப்பி வைத்தார். ஒருமுறை சித்தர் கொங்கணரே இவரிடம் வந்து தீட்சை பெற்றதும் நடந்தது. இவைகள் எவற்றாலும் திருமாளிகைத் தேவர் அகங்காரம் கொள்ளவில்லை. சிவனடிமையாகவே வாழ்ந்தார். ஏராள மான கோயில்களுக்கு கைங்கர்யம் செய்தார். தான் பெற்ற அனுபவங்களை நூல்களாக எழுதி மக்களிடம் கொண்டு சேர்த்தார்.

இறுதியில் திருவாவடுதுறையில் ஸித்தி அடைந்தார்.

17. அரேபிய ஆபத்து!

இராமதேவர் என்கிற யாகோபு

ராமதேவர், இந்த மாதிரி ஒரு வரவேற்பை அந்த நாட்டில் எதிர்பார்க்கவில்லை!

அவரைச் சுற்றி, ஒட்டகங்களில் அரேபிய வீரர்கள் உருவிய வாட்களுடன் நின்றிருந்தார் கள். எந்த நொடியும் வெட்டிப் போட்டு விடு வார்கள் போலத் தோன்றியது!

அரேபிய நாட்டின் தீன் தேசம் அது! சுட்டு எரிக்கும் வறண்ட பாலைவனம். சுற்றிலும் கண்ணுக்கெட்டிய தூரம் வரை மணல்... !

அந்த அரேபியர்களுக்கு, ராமதேவரைப் பார்த்தது வினோதமாக இருந்தது. சடை முடியும், நீண்டு தொங்கிய தாடியும், காவி யுடை உடுத்தியிருந்த விதமும், அவரை யாரோ அன்னிய தேசத்தவன் என்பதை அவர்களுக்கு உணர்த்தியது!

இந்த அன்னியன், அன்புடையவனா, அபாய கரமானவனா என்பது புரியாமல் பய உணர்வால் விரோத உணர்வுடன் பார்த்தனர்.

'ஏய்! யார் நீ? எங்கிருந்து வருகிறாய்? கத்திமுனையில் மிரட்டினான் ஒருவன்.

அவனின் அரேபிய மொழியிலேயே பதில் சொன்னார் ராமதேவர்.

'என்னை ராமதேவன் என்று அழைப்பார்கள். நான் தமிழ் நாட்டின், நாகப்பட்டிணம் என்கிற ஊரிலிருந்து வருகிறேன்!'

'அப்படியா? அது எந்த தேசம்?'

'பாரத தேசம்! கேள்விப்பட்டிருக்கிறீர்களா?'

'ஆம்! ஆம்! பாரதம்... வளமான தேசம் என்று, எங்கள் வணிகர்கள் சொல்வார்கள்!' - வியப்புடன் சொன்னான் ஒரு வீரன்.

'கப்பலில் வந்தாயா? வழியில் புயல், மழை என எந்த ஆபத்தும் இல்லையா? எத்தனை நாட்களாயிற்று இங்கு வர?' ஆர்வத்துடன் அடுக்கடுக்காக கேட்டான் இன்னொருவன்.

'நான் கப்பலில் வரவில்லை. வானில் சஞ்சரித்து வந்தேன். சில மணித்துளிகளில் வந்து விட்டேன்!'

நிஜத்தைத்தான் சொன்னார் ராமதேவர். ஆனால் அரேபியர்கள் நம்பாமல் விழுந்து விழுந்து சிரித்தார்கள்.

'ஏய்... பொய் சொன்னாலும் நம்புவது போல் சொல்ல வேண்டாமா? மடையனே!' என்று கத்திமுனையால் குத்தினான் ஒரு வீரன்.

'அடடா! இவனுக்குப் பித்துப் பிடித்திருக்கிறது. அதனால் மூளை குழம்பிப் பேசுகிறான் என்று நினைக்கிறேன்! பாவம்... துன்புறுத்தாதே!' என்றான் மற்றொருவன்.

'எதுவானாலும் சரி, இவனை நம் சுல்தான் முன் கொண்டு நிறுத்துவோம். அவர் முடிவெடுக்கட்டும்!' தலைவன் போல் இருந்தவன் சொல்ல, மற்ற வீரர்கள், ராமதேவரை கைதியாக்கி இழுத்துச் சென்றார்கள்.

ராமதேவர் விதியின் நாடகத்தை எண்ணிச் சிரித்துக் கொண்டார்.

சிறிது காலத்துக்கு முன்வரை நாகப்பட்டிணத்தில் அம்பிகை உபாசகராக இருந்தவர் ராமதேவர்.

ஒரு முறை நாகப்பட்டிணத்தில், இன்னதென்றே கண்டுபிடிக்க முடியாத கொள்ளை நோயால், ஏராளமான உயிர்கள் பலியாயின.

ராமதேவர், தனக்குத் தெரிந்த வைத்திய முறைகளால் சிகிச்சை செய்தும் பலனில்லாமல் போனது, அவரை மிகவும் வருத்தப்படவைத்தது.

'அம்மா... பராசக்தி... ஏனம்மா இப்படிக் கைவிட்டு விட்டாய்?' உரிமையுடன் சண்டையிட்டார்.

'ராமதேவா! மனிதர்களின் வினைப்பயனே இதற்கெல்லாம் காரணம்! என்னிடம் கோபித்து என்ன பயன்?' புன் சிரிப்புடன் சொன்னாள் சக்தி.

'இல்லை... இனியொரு முறை, இப்படி கொத்துக் கொத்தாய் உயிர்கள் பலியாவதை என்னால் பொறுக்க முடியாது. நீதான், வழிகாட்ட வேண்டும் தாயே!'

'மற்றவர்களுக்காக வருத்தப்படும் சித்தனே. உன் அன்பு மனது என்னை சந்தோஷப்பட வைக்கிறது. நீ காசிக்கு யாத்திரை செல். அங்கு உனக்கொரு சிவலிங்கம் கிடைக்கும். அதைக் கொண்டு வந்து நாகப்பட்டிணத்தில் பிரதிஷ்டை செய்து கோயில் எழுப்பு. அதன் பிறகு எல்லாம் நல்லதாகவே நடக்கும்!' வாழ்த்தி விடை பெற்றாள் சக்தி.

அம்பிகை சொல்லிவிட்டு மறைந்த, அடுத்த நிமிடமே காசிக்கு யாத்திரை புறப்பட்டார் ராமதேவர்.

காசியில் கால் வைத்த போது உடல் சிலிர்த்தது. புண்ணியம் தரும் மோட்சபூமியல்லவா அது. ஆகாயத்திலிருந்து பகீரதன்

167

பூமிக்கு அழைத்து வந்த, கங்கை நதியில் குளித்தார். காசி விஸ்வநாதரைத் தரிசித்தார். உள்ளம் பூரித்தார்.

'காசி நாதா... உன் திருவருளைத் தாங்கி ஏந்திச் செல்லவே, அடியேன் ஆவலுடன் வந்திருக்கிறேன். அருள் புரிவாய் இறைவா! 'என்று வேண்டினார்.

'ராமதேவா, கங்கையின் தென் பகுதிக்குச் சென்று மூழ்கி எழுந்திரு. உன் விருப்பம் நிறைவேறும்!' - அசரீரி ஒலித்தது.

ராமதேவர், ஆனந்தத்துடன், மீண்டும் கங்கைக்குச் சென்று மூழ்கினார். கைகளால் துழாவியபோது ஆற்றில் ஒரு லிங்கம் கிடைத்தது. ராமதேவர் பரவசமானார். மார்போடு அதை அணைத்துக் கொண்டு ஆனந்தக் கூத்தாடினார்.

அந்த லிங்கத்தில் காசி விஸ்வநாதரை எழுந்தருளச் செய்து, பின் அதைக் கொண்டு வந்து, நாகப்பட்டிணத்தில் பிரதிஷ்டை செய்தார். நாள்தோறும் பூஜித்து வந்தார்.

நாகப்பட்டிணம் கடற்கரையில், தினம், தினம் கப்பல்கள் வந்து நிற்கும். மீண்டும் புறப்படும். அப்போது தமிழ்நாட்டு அரசர்களுக்காக, அரேபிய வியாபாரிகள் குதிரைகளைக் கொண்டு வந்து இறக்குவார்கள். இங்கிருந்து, மிளகு, கிராம்பு, பட்டுத்துணிகள், போன்றவற்றை எடுத்துச் செல்வார்கள்.

ராமதேவர், அந்த அரேபிய வியாபாரிகளுடன் பேசிப் பழகுவார். அவர்களுடன் பேசிக் கொண்டிருந்தபோதுதான், அரேபியப் பாலைவனத்தில் வளரும் சில மூலிகைகளைப் பற்றிக் கேள்விப்பட்டார். மருத்துவத்தில் மிகுந்த ஈடுபாடு கொண்ட ராமதேவர், அந்த மூலிகைகளைக் கண்டு ஆராய முற்பட்டார். அதற்காகவே புறப்பட்டவர்தான், அரேபியா வந்த கணமே வீரர்களிடம் சிக்கிக் கொண்டார்.

தீன் தேசத்து சுல்தான் முன் நிறுத்தப்பட்டார் ராமதேவர். சுல்தானிடம், நடந்த உண்மையை அப்படியே கூறினார்.

சுல்தான் இதை நம்ப மறுத்தார்.

'இல்லை... இவன் நம்மை ஏமாற்றுகிறான். இவன் சொல்வதை நம்புவதற்கில்லை. நம் நாட்டிற்குள் நுழைந்த இந்த வேற்று மதத்தவனை தூக்கில் போடுங்கள்!' என்று உத்தரவிட்டார்.

அப்போது அரசவைக்குள் ஓடோடி வந்தார் ஒருவர். அவர் ஒரு அரேபிய ஞானி.

'மன்னியுங்கள் சுல்தான்! நான் பாரதநாட்டிற்குச் சென்று வந்தவன் என்பது உங்களுக்கே தெரியும். அந்த நாட்டில் இம்மாதிரி சித்தர்கள் சிலரை நானே சந்தித்திருக்கிறேன். அவர்கள் பறப்பார்கள், காற்றில் மறைவார்கள்.. ஒரு உடலை விட்டு, மற்றொரு உடலுக்குள் புகுவார்கள். அவர்கள் தொழும் இறைவனிடம் பக்தி செலுத்தி, இம்மாதிரி சக்திகளைப் பெறுகிறார்கள்! எனவே கருணையுடன் இவரை தண்டனையிலிருந்து விடுவியுங்கள் சுல்தான்!'

'ஞானியே... நீங்கள் சொன்னபடி நான் இவரை மன்னிக்கத் தயார். ஆனால் இம்மண்ணில் வேற்றுமதத்தினரை நான் அனுமதிக்க மாட்டேன். இவரை நம் மதத்துக்கு மாறச் சொல்லுங்கள். அதற்கான சடங்குகள் முறைப்படி நடக்கும். சம்மதமா கேளுங்கள்!'

சித்தர்களுக்கு ஏது சாதியும் மதமும். எல்லாவற்றையும் கடந்தவர்கள் அல்லவா அவர்கள். கடவுள் ஒருவரே என்பதை அறியாதவர்களா என்ன?

ராமதேவர் சம்மதித்தார். முறைப்படியான சடங்குகள் முடிந்து குரான் ஓதி யாகோபுவாக மதம் மாறினார்.

யாகோபு தீன் தேசத்து மக்களுள் ஒருவராகவே மாறிப் போனார். அவர்கள் மொழியில் பேசி, அவர்களைப் போலவே உடையணிந்து, தொழுகை செய்து மக்களுடன் பிரியமாக நடந்து கொண்டார். உதவிகள் செய்தார். தன் மருத்துவத் திறமையால் நோய்கள் தீர்த்து வைத்தார்! மக்கள், தங்கள் மதத்து மகானாக அவரைக் கொண்டாடினார்கள்.

169

அந்த கால கட்டத்தில்தான் யாகோபு, தான் கண்டுபிடித்த மருத்துவ உண்மைகளை, நூல்களாக அரேபிய மக்களுக்குப் பயன்படுமாறு அவர்கள் மொழியிலேயே எழுதி வைத்தார்.

யாகோபுவுக்கு நிறைய சீடர்கள் ஏற்பட்டனர். சுல்தா னிடமிருந்து யாகோபுவின் உயிரைக் காப்பாற்றிய ஞானியே இவரின் முதன்மைச் சீடராக விளங்கினார்.

யாகோபு, தன் சீடர்களின் உதவியோடு, பாலைவனத்தில் இருந்த பல மூலிகைகளைப் பற்றி ஆராய்ந்தார். அவைகள் கற்ப மூலிகைகள் என்பதை இனம் கண்டு கொண்டார். இவற்றைப் பற்றியும் பின்னாளில் தமிழில் எழுதி வைத்தார்.

சிறிது காலத்திலேயே, யாகோபுவுக்கு நபிகள் நாயகத்தின் தரிசனமும் கிடைத்தது. அந்தச் சமயத்தில், அங்கு கற்ப மூலிகைகள் தேடி வந்த போகரையும் சந்தித்தார். சிலிர்த்துப் போனார்.

‘போகர் மகானே... இறைவடிவான நபிகளையும் தரிசித்து விட்டேன். இறைச் சித்தரான தங்களையும் சந்தித்து விட் டேன். வேறென்ன பாக்கியம் வேண்டும். முக்தியடையலாம் என்று நினைக்கிறேன்’ என்றார்.

போகர், யாகோபுவின் வார்த்தைகளை மறுத்து உபதேசம் செய்தார்.

‘அரேபியாவில் யாகோபுவாகவும், தமிழ்நாட்டில் ராம தேவனாகவும் போற்றப்படுகிற நீ மக்களுக்கு ஆற்ற வேண்டிய கடமைகள் எவ்வளவோ இருக்கின்றன. இந்தப் பாலை வனத்தின் கற்ப மூலிகைகளை பரிசோதித்து, இவற்றை தமிழ்நாட்டின் சீதோஷ்ணத்திலும் பயிராக்கி, அங்குள்ள மக்களும் பயன்படுத்தச் செய்ய வேண்டும். இதுபோல் இன்னும் பலவும் செய்து, அனைவருக்கும் பயன் கிட்டிய பிறகு நீ சமாதிக்குச் செல்லலாம். அதுவரை பொறுத்திரு!’ என்றார்.

போகர் உபதேசித்தபடியே நடக்கச் சித்தமானார் யாகோபு.

கற்ப மூலிகைகளின் சக்தி பற்றித் தெரிந்து கொள்ளவும், அவற்றைச் சோதிப்பதற்காகவும் சமாதியில் இருக்கத் தீர்மானித்தார். தன் சீடர்களை அழைத்துச் சொன்னார்.

'நான் சமாதியில் அமர்வதாக முடிவெடுத்துள்ளேன். பத்து ஆண்டுகள் கழித்தே, மீண்டும் உயிர் பெற்று எழுப் போகிறேன்!'

சீடர்களால் இதை நம்ப முடியவில்லை.

ஆனாலும் குருவின் வார்த்தைக்குக் கட்டுப்பட்டனர். சமாதிக்கு இடம் தேர்ந்தெடுக்கப்பட்டு, ஒரு நல்ல தினத்தில் யாகோபு குழிக்குள் இறங்கினார்.

'நான் பத்தாண்டுகள் சமாதிக்குள் இருப்பேன். பிறகு வெளியே வருவேன். சமாதியிலிருந்து நான் வெளிப்படும் காலத்தில், பல அற்புதங்கள் நடக்கும். பாலைவனத்தில் பனிமழை பொழியும். வாசமலர்கள் பூத்து நறுமணம் கமழும். மிருகங்கள் கூட பேசும். இந்த அடையாளங்களைக் கொண்டு நான் திரும்பி வரும் நாளை நீங்கள் தெரிந்து கொள்ளலாம்!' என்று கூறிச் சமாதியை மூடச் சொன்னார்.

பத்தாண்டுகள் கழிந்தன.

யாகோபு தான் சொன்னதுபோலவே சமாதியிலிருந்து உயிருடன் எழுந்து வந்தார். சமாதியின் பக்கத்தில் ஒரு சீடன் மட்டுமே இருந்தான்.

யாகோபுவைக் கண்டதும் சந்தோஷமானான். ஆனந்தக் கூத்தாடினான்.

'குருமகானே... நீங்கள் சமாதிக்குள் சென்றதும், இங்கிருந்த அத்தனை பேருமே கலைந்து போய் விட்டார்கள். 'யாகோபு இனிமேல் திரும்பி வரமாட்டார். அவர் உடல் மண்ணோடு மண்ணாகிவிடும்!' என்று நம்பிக்கையில்லாதவர்களாக சென்று விட்டார்கள்.

171

நான் மட்டும் நம்பிக்கையோடு இருந்தேன். இரவும், பகலும் சமாதியின் பக்கத்திலேயே படுத்துத் தூங்கினேன். என்னை யும் எல்லாரும் கேவலமாகவும், ஏளனமாகவும் பேசினார்கள் குருவே' என்று வருத்தப்பட்டான்.

அந்தச் சீடனின் உண்மையான அன்பு யாகோபுவை நெகிழ வைத்தது. தன் சொற்களுக்கு மதிப்பு வைத்துக் காத்திருந்த அன்புச் சீடனுக்கு ஞான உபதேசம் அருளினார்.

அதற்குப் பின் சிறிது காலம் தன் சீடர்களுடன் இருந்து, அவர்களுக்கான நல் உபதேசங்களைச் செய்தபின் யாகோபு, தன் ஜீவன் தமிழகத்தில்தான் முக்தி பெற வேண்டும் என்று விரும்பினார். சீடர்களிடம் விடைபெற்று, மீண்டும் சதுரகிரி மலைக்கே வந்து சேர்ந்தார். அங்கு ராமதேவராக மாறி, மேலும் பல நூல்களை எழுதி, மக்களின் பயன்பாட்டுக்குக் கொண்டு வந்தார்.

சதுரகிரியில் அவர் தங்கியிருந்த பகுதி, அவர் பெயராலேயே 'ராமதேவர் வனம்' என்று அழைக்கப்படுகிறது.

ராமதேவர் வைத்திய காவியம், ராமதேவர் ஜாலம், ராமதேவர் நிகண்டு, ராமதேவர் பட்சணி, ராமதேவர் பரஞான கேசரி, ராமதேவர் பரிபாஷை விளக்கம் என்று, ஏராளமான நூல்களும், யாகோபு சவுக்காரம், யாகோபு சுன்னக் காண்டம், யாகோபு பஞ்சமித்திரம், யாகோபு செந்தூர சூத்திரம் என்று அரேபிய மொழியில் எழுதி, பின் தமிழிலும் மாற்றியெழுதப்பட்ட நூல்களும், இவரின் புகழை இன்னமும் சொல்கின்றன.

இவர் தம் இறுதிக் காலத்தில் அழகர் மலைக்குச் சென்று சமாதியடைந்தார்.

18. மயான பூமியில் மண்டையோட்டு காளி!

நாராயணப் பிராந்தர்

குளக்கரையில் படுத்திருந்தார் அவர்!

விடியலுக்கு அறிகுறியாக, கிழக்கு வானத் தில் வெளிச்சம் பரவ ஆரம்பித்தது! பறவை கள் இனிமையாகக் கூவியபடி பறக்கத் தொடங்கின.

படுத்திருந்த மனிதர் எழுந்தார்.

அவருடைய ஆடைகள், அழுக்கடைந்து, அங்கங்கே கிழிந்திருந்தன. அவருமே கூட குளித்து எத்தனை நாள்கள் ஆனதோ. கரித்தீற்றலாய் இருந்தார். கண்களில் நல்ல ஒளி தீட்சண்யம். கடைவாயின் சிரிப்புதான் வித்தியாசமாக இருந்தது! சிரிப்பு அல்ல அது. இளிப்பு!

'மக்கள் வரும் நேரமாகி விட்டதே!' என்று பரபரத்தவர் வேகம் வேகமாய், அருகிலிருந்த குன்றின் அடிவாரத்துக்குப் போனார். அங்கே ஒரு பெரிய உருண்டைக் கல் இருந்தது.

173

'ரட்சிக்கணும் பகவதி!' என்றபடி அந்தக் கல்லை, மலை உச்சியை நோக்கி நகர்த்த ஆரம்பித்தார். தன் பலம் முழுவதும் திரட்டி, கஷ்டப்பட்டு, வியர்வை சிந்த, அதை மேலேற்றினார். களைத்தபோது, அங்கங்கே ஓய்வு எடுத்துக் கொண்டவர், ஒரு வழியாக, உச்சிக்குக் கொண்டு போய் நிறுத்தினார்.

அடுத்ததாக அவர் காரியம்தான், 'நாராயணன்!' என்கிற அவர் பெயரை 'பிராந்தன்' என்று மாற்றி விட்டது.

பிராந்தன் என்றால் மலையாளத்தில் பைத்தியம் என்று அர்த்தம்!

அதோ... மக்கள் குளக்கரைப் பக்கம் வரத் தொடங்கி விட்டார்கள். பிராந்தர் கஷ்டப்பட்டு மேலேற்றிய அந்தக் கல்லை, உச்சியிலிருந்து தடாலென்று கீழே உருட்டி விட்டார். அதனுடன் கூடவே, கடகடவென்று அதிரச் சிரித்தபடி அவரும் ஓடி வந்தார்.

உருண்டு வரும் கல்லைக் கண்டு, பயந்து ஒதுங்கி நின்ற மக்கள் 'பிராந்தன்... பிராந்தன்... இவன் எப்பதான் திருந்துவானோ?' என்று கோபத்துடன் திட்டி விட்டு அவரவர் வேலையைப் பார்க்கச் சென்றார்கள்.

நாராயணப் பிராந்தர் அப்படித்தான்! திரும்பவும், அந்தக் கல்லை மேலேற்றத் துவங்கி விடுவார். ஏன் இப்படிச் செய்கிறார், அதை எதற்காகச் செய்கிறார் என்றுதான் யாருக்கும் தெரியவில்லை. பைத்தியத்தின் செயல்களுக்கு காரணம் என்ன இருக்கப் போகிறது என்பது அவர்கள் எண்ணம்.

இந்தக் காரியத்தை சிரத்தையுடன், ஒரு கடமைபோல செய்து கொண்டிருப்பார் பிராந்தர். மாலையான பின் ஊருக்குள் பிச்சையெடுக்கப் போவார். பிச்சையாக அரிசிதான் கேட்பார். ஒரு கைப்பிடி அரிசி கொடுத்தால் போதும். அடுத்த வீட்டுக்கு நகர்ந்து விடுவார். அதுவும் ஒரு வேளைச் சாப்பாட்டுக்கான அரிசி கிடைத்தால் போதும்! அதற்கு மேல் தேவையில்லை என வந்து விடுவார்.

பிறகு நேராக குளக்கரைக்குப் போவார். அங்கு ஏழை மக்கள் நிறைய பேர், குளக்கரையின், மரத்தடிகளில்தான் கூடாரம் அமைத்துத் தங்கியிருந்தார்கள். அவர்கள், இரவுச் சமையலை குளக்கரையில்தான் செய்து கொண்டிருப்பார்கள்.

அரிசியுடன் வரும் பிராந்தர் சுற்று முற்றும் பார்ப்பார். ஏதாவது ஒரு அடுப்பில் கொதித்துக் கொண்டிருக்கும் உலையை இறக்கி வைத்துவிட்டு, தன் அரிசி இருக்கும் பாத்திரத்தை அடுப்பில் ஏற்றி சாதமாக்கிக் கொண்டுதான் திரும்புவார்.

அங்கு இருப்பவர்களுக்குக் கோபம் வந்தாலும் எதுவும் கேட்க மாட்டார்கள். பைத்தியத்திடம் கேட்டு என்ன பிரயோசனம்? அதுமட்டுமில்லாமல் அவர்களுக்கு பிராந்தரிடம் பயமும் கூட!

இதுபோல்தான், ஒரு முறை, பிராந்தரை ஒருவன் அடிக்கப் போக, ஓங்கிய கை, அந்தரத்தில் அப்படியே நின்றுவிட்டது. இறக்கவே முடியவில்லை. ஒரு நாள் முழுக்க துன்பப் பட்டவன். 'பிராந்தரிடம் கெஞ்ச, 'போய்க்கோடா' என்றபடி அவன் கையை வருடிவிட்டார் பிராந்தர். உடனே கை பழைய நிலைக்கு வந்தது. இந்த அனுபவத்தால், பிராந்தனை அதன்பிறகு யாரும் ஒன்றும் சொல்வதில்லை.

வடித்த சாதத்தை பிராந்தர், குளத்தின் கருங்கல் படியில் கொட்டுவார். அப்படியே அள்ளிச் சாப்பிடுவார். ஊற்றிக் கொள்ளவோ, தொட்டுக் கொள்ளவோ, ஒன்றும் கிடையாது. சாதத்தில் உப்பு கூட போட்டுக் கொள்ள மாட்டார். உயிர் வாழ, உடலைப் பராமரிக்க, சிறிது சத்து தேவை. அதற்காகத்தான் இந்த ஒரு பிடி சாதம்!

அதற்கும் கூட ஒரு முறை வழியில்லாமல் போனது.

ஒருநாள் வழக்கம்போல, பிராந்தர் பிச்சையெடுத்த அரிசி யுடன் குளக்கரைக்கு வந்தார். திகைத்துப் போனார்.

அங்கே மக்கள் யாருமேயில்லை. ஒரு அடுப்பு கூட எரிய வில்லை. 'பாவம் மக்கள்! வேறு எங்காவது கூலி வேலை கிடைத்திருக்கும். மொத்தமாகப் போயிருப்பார்கள். ம்!

ஆண்டவன் படைப்பில் இப்படியும் சில ஜீவன்கள் அல்லல் பட வேண்டியிருக்கிறதே!' என்று நினைத்துக் கொண்டார்.

அரிசியைச் சமைக்க வேறென்ன செய்யலாம்? நெருப்பு வேறெங்கே கிடைக்கும்? சற்றென்று யோசனை வந்தது. அட! ஆமாம். அங்கே எப்படியும் நெருப்பு இருக்குமே!

உற்சாகமாக அவர் சென்ற இடம் மயானம்!

மயான பூமியில், ஆங்காங்கே கிடந்த கற்களைப் பொறுக்கி யெடுத்து அடுப்பு அமைத்தார். அங்கே எரிந்து கொண்டிருந்த தீயிலிருந்து, சில விறகுகளை அள்ளிக்கொண்டு வந்து அடுப் பில் போட்டார். சமைத்து முடித்தார்.

காரியக் கடன்கள் செய்யும் மேடையின் மீது சாதத்தைக் கொட்டினார். அள்ளி அள்ளிச் சாப்பிட்டார். சுடுகாட்டின் புகை நாற்றமோ, வெடிக்கும் சிதையின் சப்தமோ எதுவும் அவரைப் பாதிக்கவில்லை.

சாப்பிட்டு முடித்ததும், கல்லும், மண்ணும், காற்றில் பறக்கும் புழுதிச் சாம்பலுமாக இருந்த மயானத்தரையிலேயே படுத்துக் கொண்டார். குறட்டைச் சப்தத்துடன் தூங்கிப் போனார்.

நடுநிசி நேரம். ஆந்தைகள் அலறின. கோட்டான்கள் கத்தித் தீர்த்தன. மை பூசியது போல் இருள் கவிழ்ந்திருந்தது.

அப்போது அங்கே வந்தாள் காளி. பிணங்களின் மீது அவள் உக்ர தாண்டவம் ஆடும் நேரம் அது.

காளி, அங்கே படுத்திருந்த பிராந்தரைப் பார்த்தாள். ஆச்சரியப் பட்டாள்.

உக்கிர தாண்டவத்தின் போது அவளைப் பார்ப்பவர்கள் ரத்தம் கக்கிச் செத்துப் போவார்கள் என்பது நடைமுறை.

பிராந்தரை எழுப்பி, பயமுறுத்தி விரட்டியடிக்க நினைத்தாள். கால் சலங்கையால் கலகலவென ஒலி எழுப்பினாள்.

ஊஹூம்! பிராந்தர் கண் திறக்கவே இல்லை. கட்டைபோல் தூங்கிக் கொண்டிருந்தார்.

காளிக்குக் கோபம் வந்தது. காலை ஓங்கித் தரையில் மிதித் தாள். மயானபூமியே அதிர்ந்தது.

பிராந்தர் தூக்கக் கலக்கத்தோடு, அரைக் கண்கள் திறந்து, அசுவாரசியமாகப் பார்த்தார்.

'அம்மா... தாயே! ராத்திரி நேரம். கொஞ்சம் நிம்மதியாகத் தூங்க விடாமல், எதற்காகத் தொல்லை செய்கிறாய்? என்று கேட்டார்.

காளி திகைத்துப் போனாள். 'தன்னைக் கண்டும் பயப்படாத மனிதன் ஒருவன் இருக்கிறானே!'

'ஏய்... மனிதா... யார் நீ?' - மிரட்டலாகக் கேட்டாள்.

'அதைத்தானம்மா, நானும் தினம் என்னையே கேட்டுக் கொண்டிருக்கிறேன். இதுவரை அறிந்து கொள்ள முடிய வில்லை. உணர்ந்து கொள்ளும்போது உனக்குச் சொல்கிறேன். இப்போது போய் வா. நான் தூங்க வேண்டும்!'

'என்னிடமே இவ்வளவு அலட்சியமா? நான் யார் தெரியுமா?'

'தெரியாமல் என்ன தாயே! நெருப்பு விழிகள்... கரியின் நிறம், கடைவாயில் நீண்ட கோரைப் பற்கள், முகத்தில் கோபத்தின் தாண்டவம், முளைத்திருக்கும் அத்தனை கைகளிலும் கோர மான ஆயுதங்கள். கழுத்தில் மண்டையோட்டு மாலை. இத்தனைக்குப் பிறகும் நீ காளியென்பதை அறியாத பிராந்தனா நான்?!'

காளி நிதானித்தாள். நிச்சயம் இவர் ஒரு சாதாரண மானுடன் கிடையாது. சித்த புருஷராகத்தான் இருக்க வேண்டும். அதனால்தான் தன்னைப் பார்த்த பிறகும், சிறிதும் அச்சமின்றி இருக்கிறார் என்று நினைத்துக் கொண்டாள். சாந்த சொரூபி யாகப் பேசினாள்.

177

'சித்த மகானே... என் தரிசனம் பார்த்தவர்களுக்கு ஏதாவது வரம் தருவது என் சுபாவம். உங்களுக்கு என்ன வேண்டும் என்று கேளுங்கள்!'

'எனக்கு எதுவும் வேண்டாம் தாயே... தொல்லைபடுத்தாதே. போய் வா!' என்று கொட்டாவி விட்டார் பிராந்தர்.

'இல்லை. அப்படி மறுத்துப் பேசாதே. ஏதாவது பெற்றுக் கொள்!' - மறுபடி வற்புறுத்தினாள் காளி.

'என்னம்மா நீ! சரி... இத்தனை வற்புறுத்துவதால் கேட் கிறேன். என் இந்த வலதுகாலில் ஆனைக்கால் நோய் வந்து வீங்கிப் போய் விட்டது! இந்த வீக்கத்தை இடது காலுக்கு மாற்றி விடு!' என்று தன் வலதுகாலை நீட்டிக் காண்பித்தார்.

காளி தயங்கியபடி சொன்னாள்.

'சித்தரே... இது போன ஜென்மப் பாவம். அந்தப் பிறவியில் நீங்கள் ஒரு சாத்வீகமான ரிஷியை எட்டி உதைத்தீர்கள். அந்தப் பாவத்தின் பலன்தான் இந்த ஆனைக்கால் நோய். வேண்டு மானால், இரண்டு கால்களையுமே, ஒன்றும் இல்லாமல் சரிப்படுத்தி விடட்டுமா?'

'வேண்டாம் தாயே... வேண்டாம். செய்த பாவத்திற்கான தண்டனையை அனுபவிக்காவிட்டால், பின்பு அதற்கு வேறு கூடுதல் பாவம் சேரும். மறுபடியும் அதற்கென்று ஒரு பிறவி எடுத்து அனுபவிக்க வேண்டி வரும். ஒன்று செய்யேன்! அந்தப் பாவமே இல்லாமல் போக்கி விடேன்!'

'அது மட்டும் முடியாது. இதைத்தவிர வேறு என்ன வேண்டுமானாலும் கேள்.'

பிராந்தர் கடகடவெனச் சிரித்தார்.

'அம்மா செம்பைப் பொன்னாக்குவது, பொன்னைப் பித்தளை யாக்குவது, பரியை நரியாக்குவது, நரியைப் பரியாக்குவது என்று ஸித்துக்கள் செய்ய என்னாலும் முடியும். கடந்த ஜென்மத்தின் பாவப் பலனை நான் அனுபவிக்கத்தான் விரும்பு கிறேன். இதுதான் விதிப்பயன். இதுபோன்ற பாவ காரியங்

178

களிலிருந்து விடுபட்டு மக்கள் நிம்மதியாக, சந்தோஷமாக வாழ வேண்டும் என்றுதான் நான் ஆசைப்படுகிறேன். எத்தனை சொன்னாலும் மக்கள் கேட்பதாயில்லை. நம் ஆத்மா உயர்நிலையை அடைவதுதான் கஷ்டம். கீழ்த்தரமாக இறங்கி விடுவது வெகு சுலபம், என்பதை விளக்குவதற்காகத்தான், கஷ்டப்பட்டு, கல்லை உயர்த்தி மேலே ஏற்றி, உருட்டி விடுகிறேன்.

மக்கள்தான் உணர்வதாக இல்லை. 'பிராந்தன்' என்று என்னை அழைப்பவர்கள் தாங்களே, ஆசைப் பைத்தியங்களாக இருப்பதை புரிந்து கொள்ளவில்லை. வேறு என்ன செய்வது தாயே... அவரவர் தலையில் என்ன எழுதியுள்ளதோ அதுதானே நடக்கும்!' என்று விரக்தியாகப் பெருமூச்சு விட்டார்.

'போகட்டும் தாயே... ஏதாவது கேட்கச் சொன்னாய் அல்லவா? இரவில் உன்னைக் கண்டு மனிதர் யாரும் பயப்படாதபடி, உன் கோர வடிவத்தை மறைத்துக் கொண்டு நடமாடு தாயே... இதுதான் என் வேண்டுகோள்!' என்றார் பிராந்தர்.

தனக்கென எதுவும் கேட்காமல், மக்களின் நலனைப் பற்றி மட்டுமே யோசிக்கும் பிராந்தரை மதிப்புடன் பார்த்தாள் காளி. 'அப்படியே ஆகட்டும் இனி எந்த மனிதர் கண்களிலும் நான் தென்பட மாட்டேன்' என்று சொல்லி மறைந்தாள்.

கடைசிவரை நாராயணரை மக்கள் பிராந்தராகவே பார்த்துப் பயந்தார்களே தவிர, அவரை நெருங்கி நன்மை பெற்றுக் கொள்ள யாருக்கும் விதிப்பயன் இல்லை.

பிராந்தரைப் பற்றி நன்கு அறிந்த சில ரிஷிகள், காட்டுக் குள்ளிருந்து வெளிப்பட்டு, அவரை தங்களுடனேயே அழைத்துப் போனார்கள். இதைப் பார்த்துக் கொண்டிருந்த மக்கள், பிராந்தரைப் பார்த்தது அதுவே கடைசி!

19. சென்னையில் இருக்கிறார்கள் சித்தர்கள்!

மகா சித்தர்களின் மகத்தான வாழ்க்கையை வாசித்ததுமே அவர்களை தரிசிக்க வேண்டு மெனத் தோன்றுகிறதல்லவா?

கவலைப்படாதீர்கள்'! இந்தப் புண்ணியர் களை பூஜிப்பதற்காக நீங்கள் ஊர் ஊராக அலையத் தேவையில்லை. அத்தனை பேரை யும் ஒரே இடத்திலேயே தரிசிக்கலாம்.

சென்னை, தாம்பரம் - வேளச்சேரி சாலையி லுள்ள ராஜ கீழ்பாக்கத்துக்கு தெற்கே மூன்று கி.மீ தூரத்தில் இருக்கிறது மாடம்பாக்கம் எனும் அழகிய ஊர்.

சென்னையின் புறநகர்ப் பகுதியான இந்த மாடம்பாக்கத்தில்தான் அமைதியான சூழலில் அமைந்திருக்கிறது சித்தம் பீடம். இந்த இடத்தில்தான் பதினெட்டு சித்தர்களுக்கும் தனித்தனியே கோயில் இருக்கிறது.

ஜனநெருக்கம் பிதுங்கி வழியாத, கிராமிய மணம் மிச்சமிருக்கிற பசுமையான சூழலில்

தனித்தனியே குடில்களில் வீற்றிருக்கும் சித்தர்களைத் தரி சிப்பதே ஒரு சுகானுபவம்தான்.

பதினெட்டு சித்தர்களுக்கும் ஒரே இடத்தில் கோயில் அமைந் திருப்பது இங்கு மட்டும்தான். இதுபோன்ற கோயில் வேறு எங்குமே இல்லை. மேலும், சக்தி வாய்ந்த பச்சை நிற மகா மேருவும் இந்த ஆலயத்தில் உள்ளது.

நவகிரகங்களின் கிரக பலன்களைக் கட்டுப் படுத்தும் வல்லமை கொண்ட சித்தர்கள், தங்களை வணங்கித் துதிக்கும் பக்தர்களின் கிரக தோஷங்களைப் போக்கி, வாழ்வில் வளம் சேர்க்கிறார்கள்.

இங்குள்ள பதினெட்டு சித்தர்களுக்கும், ஒவ்வொரு விதமான பூஜை முறைகள் இருக்கின்றன. அதன்படி பூஜித்தால் நன்மை கள் பெறுவது நிச்சயம்.

சித்தர்களைப் பூஜிக்கும் முறைகளும் அதன் பலன்களும்

ஸ்ரீ சிவவாக்கிய சித்தர்:

மக்களின் மேன்மைக்காக உருகிய, இவரை, சங்கு, தும்பை புஷ்பத்தாலும், வில்வத்தாலும் அர்ச்சனை செய்ய வேண்டும். 'ஓம் ஸ்ரீ சிவவாக்கிய சித்தர் பெருமானே போற்றி' என்று 108 முறை ஜெபிக்க வேண்டும். நிவேதனமாக பழங்கள், விபூதி தண்ணீர் வைத்து பிராத்தனை செய்து, தீப ஆராதனை செய்யவும்.

இவர் சந்திர கிரகத்தைப் பிரதிபலிப்பவர். ஜாதகத்தில் உள்ள சந்திரகிரக தோஷங்களை நீக்குபவர். இவரை வழிபட்டால், மன அழுத்தம், மன சஞ்சலங்கள் நீங்கும். படிப்பிலும், தொழிலிலும் வரும் இடையூறுகள், தவிடு பொடியாகும். இவருக்கு வெள்ளை வஸ்திரம் அணிவித்து பூஜித்தால் நினைத்த காரியம் நிறைவேறும்.

181

ஸ்ரீ உரோமரிஷி சித்தர்

அஷ்டமா சித்தி பெற்ற இவரை, ஜாதி புஷ்பம், மல்லிகை புஷ்பம், வில்வம் கொண்டு பூஜிக்கலாம். 'ஓம் ஸ்ரீ உரோமரிஷி சித்தர் பெருமானே போற்றி!' என்று 108 முறை ஜெபிக்க வேண்டும். பூஜைக்கு நிவேதனமாக மிளகுப் பொங்கல், பழங்கள், தண்ணீர் வைத்து, மனமொன்றி பிரார்த்திக்கவும்.

இவரும் சந்திர கிரகத்தைப் பிரதிபலிப்பவர். ஜாதகத்தில் உள்ள சந்திரகிரக தோஷங்களை நீக்குவார். இவரை வழிபட்டால் மனத்துக்கு திடசக்தி கிடைக்கும். குடும்பத்தில் மகிழ்ச்சியும், அமைதியும் நிலவும். திங்கட்கிழமை, வெள்ளை வஸ்திரம் அணிவித்து இவரைப் பிரார்த்தித்தால், நினைத்தது கிடைக்கும்.

ஸ்ரீ மகா போகர் சித்தர்

சீனாவிலும் கொண்டாடப்படும் ஞானியான இவருக்கு, ஜாதி புஷ்பம், சாமந்திப்பூ, சம்பங்கிப்பூ கொண்டு அர்ச்சிக்கலாம். 'ஓம் ஸ்ரீ மகா போகர் சித்தர் ஸ்வாமியே போற்றி!' என்று 108 முறை ஜெபிக்கவும் நிவேதனமாக பால் பழம் அளிக்கவும்.

இவர் நவகிரகத்தில் செவ்வாய் கிரகத்தைப் பிரதிபலிப்பவர். இவரை வழிப்பட்டால் செவ்வாய் தோஷம் நிவர்த்தியாகும். செவ்வாய் கிரகத்தின் அருள் கிடைக்கும். திருமணத் தடை நீங்கி, நல்ல இடத்தில் திருமணம் நடக்கும். நிலம், வீடு போன்றவைகள் கிட்டும். அரசியலில் வெற்றி கிடைக்கும். இவருக்கு சிவப்பு வஸ்திரம் அணிவித்து, உரிய புஷ்பங்களால் பூஜை செய்தால், பிரார்த்திப்பது நிறைவேறும்.

இருவருக்குப் பூஜை செய்யச் சிறந்தநாள் செவ்வாய்கிழமை.

ஸ்ரீ காகபுசுண்டர் சித்தர்

பல பிரளயங்களைப்பார்த்த இந்த மகானை நீலோத்பலம், நீல சங்கு, தவனம், மரு ஆகிய புஷ்பங்களில் ஏதாவது ஒரு புஷ்பத்தால் அர்ச்சனை செய்யலாம் 'ஓம் ஸ்ரீ காகபுசுண்டர்

ஸ்வாமியே போற்றி' என்று 108 முறை ஜெபிக்க வேண்டும். நிவேதனம், வறுத்த கடலை, தண்ணீர்.

இவர் நவகிரகங்களில் குருபகவானைப் பிரதிபலிப்பவர். இவரை முறைப்படி வழிபட்டால், ஜாதகத்தில் குருபக வானால் ஏற்படக் கூடிய தோஷங்கள் விலகும். லஷ்மி கடாக்ஷம் பெருகும். நல்ல வேலை கிடைக்கும். வறுமை இல்லாமல் வாழ்க்கை வளம் பெற, இவருக்கு மஞ்சள் வஸ்திரம் அணிவித்து, வியாழக்கிழமைகளில் வழிபட வேண்டும்.

ஸ்ரீ புலிப்பாணி சித்தர்

இவர் சீன தேசத்தில் பிறந்தவர். மகா போகர் சித்தரின் முதல் சீடர். காட்டில் ஒரு நாள், போகர் தண்ணீர் கேட்டதும், புலி மேல் ஏறிச் சென்று, வெறும் கையினாலேயே தண்ணீர் கொண்டுவந்து குருவின் தாகத்தைத் தீர்த்தார். புலியின் மீது சென்று தண்ணீர் (இந்தியில் தண்ணீருக்கு பாணி என்பார்கள்) கொண்டு வந்ததால் இவர் புலிப்பாணி சித்தரானார்.

பழனியாண்டவரின் நவபாஷாண சிலையை, போகர் உருவாக்கியபோது அதற்குண்டான மூலிகைகளை காடுமே டெல்லாம் சுற்றி அலைந்து, கொண்டு வந்தவர் இவரே. ஒரு முறை சீனதேசத்தில் மயங்கி விழுந்து கிடந்த குருநாதர் போகரை வான்வழியே, தன் முதுகில் சுமந்து கொண்டு வந்து பழனியில் சேர்த்தவர். இறுதிவரை போகருடன் இருந்த ஒரே சீடர் இவர்தான்.

இவரை அர்ச்சிக்க வேண்டிய மலர்கள் சாமந்திப்பூ அல்லது அரளிப்பூ. 'ஓம் ஸ்ரீ புலிப்பாணி சித்தரே போற்றி!' என்று 108 முறை ஜெபித்து, நிவேதனமாக கமலா ஆரஞ்சு, அல்லது தக்காளியை விதை நீக்கிப் படைக்க வேண்டும். வெறும் தயிர் சாதத்தையும் நிவேதிக்கலாம்.

இவரைப் பூஜித்தால் செவ்வாய் தோஷ கடுமைகள் விலகும். செவ்வாய்க்கிழமை தினத்தில், சிவப்பு வஸ்திரம் சார்த்தி வணங்கினால், கட்டடங்கள், நிலம் சம்பந்தமான தகராறுகள்

நீங்கும். திருமணத் தடைகள் பொடியாகும். ரத்த சம்பந்தமான நோய்கள் விலகும்.

ஸ்ரீ சட்டை முனி சித்தர்

தாய், தந்தையைக் காப்பாற்ற யாசகம் பெற்ற இவரை, 'ஸ்ரீ சட்டைமுனி சித்தர் ஸ்வாமியே போற்றி!' என்று 108 முறை ஜெபித்து ஜாதிப்பூ, அல்லது விருட்சிப்பூ, வில்வம் கொண்டு பூஜிக்க வேண்டும். செவ்வாழை, பானகம், முதலியன நிவேதனம் செய்ய வேண்டியவை.

நவகிரகத்தில் கேது பகவானை பிரதிபலிக்கும் இவரைப் பூஜித்தால், சித்தபிரமை நீங்கும், மறதி நோய் அண்டாது. திருமணத்தடை, களத்திரதோஷம் நீங்கும். பலவர்ணங்கள் கலந்த வஸ்திரத்தை இவருக்கு அணிவிக்கலாம். வழிபட சிறந்த நாள் வெள்ளிக்கிழமை.

ஸ்ரீ அகப்பேய் சித்தர்

மனத்தைப் பேயாக உருவகித்துப் பாடிய இவருக்கு, பச்சிலை கள், வில்வம், துளசி முதலியன அர்ச்சனைப் பூக்கள். 'ஓம் அகப்போய் சித்தரே போற்றி!' என்று 108 முறை ஜெபிக்க வேண்டும்.

இவர் குரு பகவானை பிரதிபலிப்பவர். இவரை வியாழக் கிழமையன்று, மஞ்சள் வஸ்திரம் அணிவித்து வழிபட்டால் பணப்பிரச்னை, புத்திர பாக்கியக் கோளாறு போன்றவை நீங்கும். ஜாதகத்தில் குருபகவானால் ஏற்படக் கூடிய தோஷங்கள் அகலும். வறுமை ஓடிப் போகும்.

ஸ்ரீ அழுகணி சித்தர்

அழுகின்ற கண்களாய், அலைந்து, ஞான மார்க்கத்தை போதித்தவர் இவர். வில்வம், துளசி கொண்டு அர்ச்சித்து, 'ஓம் ஸ்ரீ அழுகணி சித்தர் ஸ்வாமியே போற்றி!' என்று 108 முறை துதிக்க வேண்டும். நிவேதனமாக நாலாவது தடவை அரிசி களைந்த தண்ணீரை வடிகட்டி வைக்க வேண்டும்.

இவர் நவகிரகங்களில் ராகுபகவானைப் பிரதிபலிப்பவர். இவரை வழிபட்டால் நாகதோஷம் விலகும். சனிக்கிழமை அன்று கருப்பு வஸ்திரம் அணிவித்து பூஜித்தால் தீய பழக்கங்கள் அகலும். மாயை நீங்கி மனத் தெளிவு உண்டாகும். களத்திர தோஷம் நீங்கும். நரம்பு சம்பந்தப்பட்ட நோய்கள் குணமாகும்.

ஸ்ரீ குதம்பை சித்தர்

நவகிரத்தில் கேதுபகவானைப் பிரதிபலிக்கும் இவரை பச்சிலைகள், வில்வம் கொண்டு அர்ச்சிக்கலாம். 'ஓம் ஸ்ரீ குதம்பை சித்தர் ஸ்வாமியே போற்றி!' என்று 108 முறை ஜெபிக்க வேண்டும். நிவேதனமாக பால், பழம், தண்ணீர் வைக்க வேண்டும்.

இவரை மனமுருகிப் பிரார்த்தித்தால், மறதி நோய் குண மாகும். வீண் பிரமை, மனப் பிராந்தி போன்றவை நீங்கித் தெளிவு உண்டாகும். போதைப் பழக்கம், புகை பிடித்தல் அகலும். ஆன்மிக சிந்தனை தோன்றும். இவருக்குப் பலவர்ண வஸ்திரம் அணிவிக்கலாம். இவரைப் பூஜிக்க சிறந்த கிழமை வெள்ளிக்கிழமை.

ஸ்ரீ வள்ளலார் சித்தர் ஸ்வாமிகள்

ஜீவ காருண்ய நெறியைப் போதித்தவர் இவர். விபூதியும், ஜாதிப்பூவும் கொண்டு இவரை அர்ச்சிக்க வேண்டும். 'ஓம் ஸ்ரீ வள்ளலார் சித்தர் ஸ்வாமியே போற்றி!' என்று 108 முறை ஜெபித்து, பஞ்சாமிர்தம் படைக்கலாம்.

இவர் நவகிரகங்களில் புதன் பகவானைப் பிரதிபலிப்பவர், இவரை புதன் கிழமை அன்று பச்சை வஸ்திரம் அணிவித்துப் பூஜித்தால், ஜாதகத்தில் புதன் பகவானால் ஏற்படக்கூடிய தோஷங்கள் நீங்கி, நல்ல பலன்கள் கிடைக்கும். புத்தி சாலித்தனம் கூடும். பிள்ளை இல்லாதவர்களுக்குப் புத்திர பாக்கியம் கிட்டும். தோல் சம்பந்தப்பட்ட வியாதிகள் போகும்.

185

ஸ்ரீ இடைக்காடர் சித்தர்

நவகிரகங்களையே மயங்க வைத்த இந்த மகானை, 'ஓம் ஸ்ரீ இடைக்காடர் சித்தர் ஸ்வாமியே போற்றி!' என்று 108 முறை ஜெபித்து, தென்னம்பூ, மல்லிகைப்பூக்கள் கொண்டு அர்ச்சிக்க வேண்டும். இளநீர், பால், பழம் தண்ணீர் முதலியன இவருக் கான நிவேதனப் பொருட்கள்.

புதன் பகவானைக் கட்டுப்படுத்த வல்லவர் இவர். புதன் கிழமை அன்று இவருக்கு பச்சை வஸ்திரம் அணிவித்து பூஜித்தால் வியாபாரத்தில் உள்ள பிரச்னைகள் தீரும். பிள்ளை வரம் கிட்டும். கற்பனைத்திறன், புலமை கை கூடும்.

ஸ்ரீ பட்டினத்தடிகளார் சித்தர்

சிவபெருமானையே மகனாக அடைந்த இந்த மகானுக்கு, மருதாணிப்பூ, சம்பங்கி புஷ்பம், மருதோன்றி மலர்களால் அர்ச்சனை செய்யலாம். 'ஓம் ஸ்ரீ பட்டினத்தடிகளார் சித்தரே போற்றி' என்று 108 முறை ஜெபித்து, கரும்புச்சாறு நிவேதனம் செய்ய வேண்டும்.

இவரைப் பூஜிக்க சிறந்த கிழமை - ஞாயிற்றுக்கிழமை. அன்றைய தினம் ரோஜாப்பூ நிற வஸ்திரம் அணிவித்து வணங் கினால், முன் வினைக் கோளாறு, பித்ருசாபம் நீங்கும். நிம்மதி கிடைக்கும்.

கிரகங்களில் சூரியனைப் பிரதிபலிப்பவர் இவர் என்பதால், இவரைப் பூஜிப்பவரின் ஜாதகத்தில் சூரியக் கிரகத்தால் ஏற்படும் தோஷங்கள் அகலும். இருதயம் சம்பந்தப்பட்ட கோளாறுகள், உஷ்ணம் சம்பந்தமான வியாதிகள் நீங்கும்.

ஸ்ரீ கடுவெளி சித்தர்

இவருடைய பாடல்கள் பிரபலமான அளவிற்கு, இவரின் வரலாறு முழுவதுமாகத் தெரியவில்லை.

நந்தவனத்தில் ஓர் ஆண்டி - அவன்
நாலாறு மாதமாய் குயவனை வேண்டி

கொண்டு வந்தானொரு தோண்டி - அதைக்
கூத்தாடி கூத்தாடிப் போட்டுடைத்தாண்டி

என்ற இவரின் பாடல் மிகப் பிரபலமானது.

சோழ நாட்டில் உள்ள கடுவெளி என்னும் ஊரில் பிறந்த இவர்,
ஊர் பெயராலேயே கடுவெளிச்சித்தர் என்றழைக்கப்பட்டார்.
இறுதியாக காஞ்சிபுரத்தில் சமாதியடைந்தார்.

'ஓம் ஸ்ரீ கடுவெளி சித்தர் ஸ்வாமியே போற்றி' என்று 108
முறை ஜெபித்தபடி, தும்பைப்பூ, வில்வ தளம், குறுத்தப்பூ
ஆகிய பூக்களால் அர்ச்சனை செய்ய வேண்டும். கடுக்காய்
தீர்த்தத்தை தேன் கலந்து நிவேதனமாகப் படைக்க வேண்டும்.

இவர் சூரிய கிரகத்தை பிரதிபலிப்பவர். இவரை முறைப்படி
வழிபட்டால், ஜாதகத்தில் சூரிய கிரகத்தால் ஏற்படும்
தோஷங்கள் நீங்கும். பெயரும், புகழும் கிடைக்கும்.
கைவிட்டுப் போன சொத்துக்கள் திரும்பக் கிடைக்கும்.

ஞாயிற்றுக்கிழமை அன்று ரோஜா நிற வஸ்திரம் அணிவித்து
வணங்கலாம்.

ஸ்ரீ கஞ்சமலை சித்தர்

மலைகளிலேயே பிறந்து, மலைக் குகைகளில் வாழ்ந்தவராக
இந்த சித்தர் அறியப்படுகிறார். ஆகாய மார்க்கமாக உலகை
வலம் வந்த இவர், மூலிகைகளையே ஆடையாய் அணிந்த
மருத்துவ சித்தர். இவரின் வரலாறும் தெளிவாக அறியப்
படவில்லை.

இவருக்கு விபூதி பச்சிலை, வெற்றிலை மாலை அணிவித்து,
'ஓம் ஸ்ரீ கஞ்சமலை சித்தர் ஸ்வாமியே போற்றி' என்று 108
முறை ஜெபித்து, தேன்கலந்த வெற்றிலைச் சாறை
நிவேதனமாக படைக்க வேண்டும்.

இவர் நவகிரகங்களில் சுக்கிரனைப் பிரதிபலிப்பவர். இவரை
வழிபட்டு வந்தால் சுக்ர தோஷம் நீங்கும். களத்திர தோஷம்

விலகி திருமணத்தடை அகலும். மாமியார் - மருமகள் பிரச்னைகள் தீர்ந்து, நல்லுறவு நிலவும். வெள்ளை வஸ்திரம் அணிவித்து வெள்ளிக் கிழமை அன்று வழிபடுவது விசேஷ மானது.

ஸ்ரீ சென்னிமலை சித்தர்

அத்திமரப் பொந்தினுள் ஜீவ சமாதி அடைந்த அருந்தவ சீலரான இவரை மல்லிகை, அல்லி, தாமரை புஷ்பங்களால் அர்ச்சிக்க வேண்டும். 'ஓம் ஸ்ரீ சென்னிமலை சித்தர் ஸ்வாமியே போற்றி!' என்று 108 முறை ஜெபிக்க வேண்டும். நிவேதனமாக கர்ஜீரக் காய் தீர்த்தம் தேன் கலந்து படைக்க வேண்டும்.

இவரைப் பூஜை செய்ய சிறந்த கிழமை வெள்ளிக்கிழமை. அன்றைக்கு இவருக்கு வெள்ளை வஸ்திரம் அணிவித்து வழிபட்டால், சுக்கிர தோஷம், களத்திர தோஷம் நீங்கும். நல்ல இடத்தில் திருமணம் அமையும் கணவன், மனைவிக் குள் பூசல் நீங்கி ஒற்றுமை உண்டாகும். மகாலக்ஷ்மியின் அருள் கிட்டும்.

ஸ்ரீ கபிலர் சித்தர்

சிவ லிங்கத்தை இடது கையில் வைத்துப் பூஜித்ததால், சாபம் பெற்ற கபிலர், மாடயம்பதியில் (மாடம்பாக்கம்) பசுமாடாகப் பிறந்தார். தன் பால் முழுவதையும், அங்கு புற்றினுள் வீற்றிருக்கும் சிவபெருமான் மீது கபிலர் தினசரி பொழிந்து வந்தார்.

எல்லாப் பசுமாடுகளும் பால் கறக்கும்போது, ஒரு பசு மாடு மட்டும் கறவை இல்லாமல் இருப்பதைக் கண்ட இடையன். அம்மாடு எங்கு செல்கிறது என்று கவனிக்கத் தொடங்கினான்.

ஒரு நாள் பசுமாடு புற்றின் மீது பால் பொழிவதைக் கண்ட இடையன், கம்பால் பசுமாட்டை அடித்து நொறுக்க, பசுமாடு வலி பொறுக்காமல் கதறியபடி அழுதது. புற்றிலிருந்து பதறியெழுந்து வெளிப்பட்டார் சிவபெருமான். பசுவை கட்டி

யணைத்து ஆட்கொண்டு, மீண்டும் கபிலராக உருமாறும்படி சாப விமோசனம் அளித்தார்.

பின் கபிலரின் வேண்டுகோளின்படி, அந்த மாடயம் பதியிலேயே தேனுகாபுரீஸ்வரராகக் காட்சி தந்து கோயில் கொண்டார். இந்த திருத்தலத்தின் அருகில் தான் அமைந் திருக்கிறது சித்தர் பீடம்.

இவரை வணங்க சிறந்த கிழமை சனிக்கிழமை. கருநீல வஸ்திரம் இவருக்கு விசேஷமானது. 'ஓம் ஸ்ரீ கபிலர் சித்தர் ஸ்வாமியே போற்றி' என 108 முறை எல்லா வித மலர்களாலும் இவரை அர்ச்சித்து ஜெபிக்கலாம். நிவேதனமாக வெண் பொங்கல், வாழைப்பழம், துளசி தீர்த்தம் படைக்கவும்.

இவர் நவகிரகங்களில் சனீஸ்வர பகவானைப் பிரதிபலிப் பவர். இவறை முறைப்படி வழிபட்டால், ஜாதகத்தில் உள்ள சனிதோஷம் நீங்கி நன்மை உண்டாகும். ஏழரைச் சனி, அஷ்டமச்சனி, கண்டச்சனியால் ஏற்படும் கோளாறுகள் நீங்கும். பிரம்மஹத்தி தோஷம் விலகும். புத்திர பாக்கியம் கிட்டும்.

ஸ்ரீ கருவூர் சித்தர் ஸ்வாமிகள்

ரசவாத வித்தையில் வல்லவரான இவரை துளசி, மல்லிகைப்பூ கொண்டு அர்ச்சனை செய்து, 'ஓம் ஸ்ரீ கருவூர் சித்தர் ஸ்வாமிகளே போற்றி!' என 108 முறை ஜெபிக்க வேண்டும். நிவேதனமாக சர்க்கரைப் பொங்கல் படைத்து வணங்கவும்.

இவர் நவகிரகங்களில் சனீஸ்வரபகவானைப் பிரதிபலிப்பவர். எனவே இவரை முறைப்படி வழிப்பட்டால் ஜாதகத்தில் உள்ள சகலவிதமான சனிதோஷங்களும் அகலும். இரும்பு சம்பந்தமான தொழில்கள், விவசாயம் போன்றவற்றில் சிறப்பான முன்னேற்றம் காணலாம். எதிலும் வெற்றி கிடைக்கும். கருநீல வஸ்திரம் அணிவித்து, சனிக்கிழமை அன்று பூஜிப்பது நல்ல பலனைத்தரும்.

ஸ்ரீ பாம்பாட்டிச் சித்தர்

பாம்பாட்டியாக அவதரித்து, பரமனின் அடியாரான இவரைப் பூஜிக்க தாமரை, அல்லி, தாழம்பூ, சம்பங்கி மலர்களால் அர்ச்சனை செய்ய வேண்டும். 'ஓம் ஸ்ரீ பாம்பாட்டிச் சித்தர் ஸ்வாமியே போற்றி!' என்று 108 முறை ஜெபிக்க வேண்டும். சர்க்கரை போடாத பச்சைப் பாலும், வாழைப்பழங்களும் இவருக்குரிய நிவேதனப் பொருள்கள்.

இவர் கிரகங்களில் ராகுபகவானைப் பிரதிபலிப்பவர். இவருக்கு கருப்பு வஸ்திரம் அணிவித்து, சனிக்கிழமை தினங் களில் மனமுருகி பிரார்த்தனை செய்தால் நாக தோஷம் அகலும் வெளிநாட்டு வேலைவாய்ப்பு, வெளிநாட்டு பிர யாணங்கள் கிடைக்கும். களத்திர தோஷம் நீங்கி, நல்ல இடத்தில் திருமணம் நடக்கும். வியாபாரம் விருத்தியாகும். நரம்பு சம்பந்தமான நோய்கள் நீங்கும்.

சித்தர் கோயில்கள் இருக்கும் சித்தர் பீடத்தின் அருகிலேயே மிகப் பழைமை வாய்ந்த தேனுகாபுரீஸ்வரர் திருக்கோயிலும் அமைந்திருக்கிறது. சிவபெருமான் பிரதட்சயமாகி அருள் தந்து, குடி கொண்ட இக் கோயிலில் வலம் வரும்போது, மனது நிர்மலமாகி ஆனந்தம் பெறுகிறது. அவசியம் செல்ல வேண்டிய கோயில் இது.

இந்த சித்தர் கோயிலுக்கு, கிழக்கு தாம்பரம் பஸ்நிலையத்தில் இருந்து கேம்ப் ரோடு வழியாக வரலாம். 51 G, 51 K முதலான பேருந்துகள் வருகின்றன. தி-நகரிலிருந்து 5A, 5A பேருந்துகள் இங்கு வந்து செல்கின்றன.

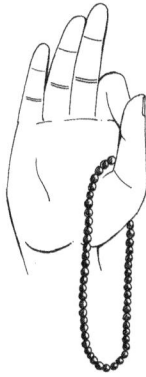

இன்பமே சூழ்க...
எல்லோரும் வாழ்க!

www.ingramcontent.com/pod-product-compliance
Lightning Source LLC
Chambersburg PA
CBHW032226080426
42735CB00008B/738
* 9 7 8 8 1 8 3 6 8 1 8 6 5 *